मेकॅनिक मोटर व्हेईकल MMV प्रथम वर्ष मराठी MCQ

मनोज डोळे

डिजिटायझेशन ही काळाची गरज आहे. भविष्यात, प्रशिक्षण अधिक सोयीस्कर आणि सोपे करण्यासाठी औद्योगिक प्रशिक्षण संस्थांमध्ये ऑनलाइन इंटरनेट वापरून प्रशिक्षण घेणे आवश्यक आहे. MCQ प्रश्नांचा संच असलेली ई-पुस्तके प्रशिक्षणार्थींना उपलब्ध करून दिली जातील कारण त्यांना त्यांच्या औद्योगिक प्रशिक्षण संस्थांमध्ये होणाऱ्या ऑनलाइन परीक्षांच्या तयारीसाठी MCQ प्रश्नांची अधिक सवय होणे आवश्यक आहे.

या सर्व बाबी लक्षात घेऊन श्री.मनोज मधुकर डोळे प्रशिक्षक, औद्योगिक प्रशिक्षण संस्था, सातारा यांनी नवीन वार्षिक प्रणाली आणि NSQF-5 अभ्यासक्रमानुसार पुस्तके लिहिली आहेत. आणि त्यांनी प्रशिक्षण सुलभ करण्यासाठी सैद्धांतिक मोबाइल ॲप्स आणि ब्लॉग तयार केले आहेत आणि हे सर्व शैक्षणिक साहित्य जगप्रसिद्ध Google Play Store, Amazon आणि Apple Book Store वर डाउनलोड करण्यासाठी उपलब्ध केले आहे.

पुस्तकांचे प्रकाशन माननीय सहसंचालक श्री राजेंद्र घुमे साहेब प्रादेशिक व्यावसायिक शिक्षण व प्रशिक्षण कार्यालय, पुणे यांच्या हस्ते दिनांक 9/1/2019 रोजी करण्यात आले, यावेळी श्री प्रकाश सायगावकर साहेब प्राचार्य शासकीय औद्योगिक प्रशिक्षण संस्था औंध पुणे, श्री तुकाराम मिसाळ साहेब प्राचार्य डॉ. सरकार प्र.संस्था सातारा, श्री सचिन धुमाळ साहेब जिल्हा व्यवसाय शिक्षण व प्रशिक्षण अधिकारी सातारा, श्री यतीन पारगावकर साहेब मुख्याध्यापक गो. प्र.संस्था कोल्हापूर, श्री विकास टेके साहेब निरीक्षक व्यावसायिक शिक्षण व प्रशिक्षण क्षेत्रीय कार्यालय पुणे, पालेकर फूड्स प्रॉडक्ट्स प्रा. लि.चे सातारा येथील उद्योजक अध्यक्ष श्री.नीळकंठराव पालेकर साहेब, हिरा फूड्स चे चेअरमन श्री.इब्राहिम बाबा तांबोळी साहेब, सौ.शाल्मली पवार मुख्याध्यापिका शासकीय तंत्रनिकेतन केंद्र सातारा व इतर मान्यवर यावेळी उपस्थित होते.

अनुक्रमणिका

प्रस्तावना vii

नांदी, प्रस्तावना ix

ऋणनिर्देश, पावती xi

1. मेकॅनिक मोटर व्हेईकल Mmv प्रथम वर्ष मराठी Mcq Drawing 1
2. मेकॅनिक मोटर व्हेईकल Mmv प्रथम वर्ष मराठी Mcq 30

प्रस्तावना

मेकॅनिक मोटर व्हेईकल MMV प्रथम वर्ष मराठी MCQ हे आयटीआय इंजिनिअरिंग कोर्स मेकॅनिक मोटर व्हेईकल (एमएमव्ही) साठी एक साधे ई-बुक आहे. , प्रथम वर्ष, सेमी- 1 आणि 2, 2022 मध्ये सुधारित NSQ F-5 अभ्यासक्रम, यात अधोरेखित आणि ठळक अचूक उत्तरांसह वस्तुनिष्ठ प्रश्नांचा समावेश आहे MCQ ज्यात सर्व विषय समाविष्ट आहेत ज्यात सर्वसाधारणपणे सुरक्षिततेच्या पैलूंबद्दल आणि व्यापारासाठी विशिष्ट, साधने आणि उपकरणे, कच्चा माल, विविध मोजमाप आणि चिन्हांकित साधने वापरून मोजमाप आणि चिन्हांकित करणे, मूलभूत फास्टनिंग आणि फिटिंग ऑपरेशन्स, विजेच्या मूलभूत गोष्टी, इलेक्ट्रिकल पॅरामीटर, बॅटरीची देखभाल, आर्क आणि गॅस वेल्डिंग वापरून विविध वेल्डिंग जॉइंट्स, हायड्रॉलिक आणि न्यूमॅटिक्स घटक, एअर आणि हायड्रोलिक ब्रेक सिस्टम, LMV चे डिझेल इंजिन, सिलेंडर हेड, व्हॉल्व्ह ट्रेन, पिस्टन, कनेक्टिंग रॉड असेंबली, क्रँकशाफ्ट, फ्लायव्हील आणि माउंटिंग फ्लँज, स्पिगॉट आणि बेअरिंग्ज, कॅमशाफ्ट, कूलिंग, स्नेहन, इंटेक आणि एक्झॉस्ट सिस्टम ऑफ इंजिन, डिझेल इंधन प्रणाली, एफआयपी आणि वाहन, स्टार्टर, अल्टरनेटरच्या उत्सर्जनाचे निरीक्षण करा आणि LMV/HMV च्या इंजिनमध्ये समस्यानिवारण कार्यान्वित करा आणि बरेच काही करा.

आम्ही प्रत्येक नवीन आवृत्तीसह नवीन प्रश्नांची उत्तरे जोडतो. कृपया काही त्रुटी/ वगळल्यास आम्हाला ईमेल करा.

नांदी, प्रस्तावना

21 व्या शतकातील औद्योगिक क्षेत्रातील वेगाने वाढणाऱ्या मागणीच्या अनुषंगाने बहु-कुशल कारागीरांचा पुरवठा करण्यासाठी व्यवसाय शिक्षण आणि व्यवसाय प्रॅक्टिकल विभागामार्फत व्यावसायिक शिक्षण आणि प्रशिक्षण विभागामार्फत व्यावसायिक शिक्षण आणि प्रशिक्षण दिले जाते. संस्थांमधील सर्व व्यवसाय महत्त्वाचे आहेत, कारण या व्यवसायांतील प्रशिक्षणार्थी उद्योगाच्या मागणीनुसार बहु-कौशल्ये विकसित करतात.

औद्योगिक क्षेत्रातील सर्व उद्योगांमधील सर्व परीक्षा ऑनलाइन घेतल्या जातात आणि त्यामध्ये MCQ पद्धतीच्या प्रश्नांचा समावेश होतो हे लक्षात घेऊन सर्व व्यवसायांसाठी योग्य MCQ ई-पुस्तके उपलब्ध करून देण्याच्या उदात्त हेतूने. श्री.मनोज मधुकर डोळे यांनी नवीन वार्षिक अभ्यासक्रमानुसार MCQ पद्धतीवर खूप चांगले ई-बुक लिहिले आहे. हे ई-बुक सर्व प्रशिक्षणार्थी, प्रशिक्षणार्थी उमेदवार, प्रशिक्षण प्रशिक्षक आणि संबंधित इतरांसाठी निश्चितच मार्गदर्शक ठरेल.

पुस्तकाचे लेखक श्री.मनोज मधुकर डोळे आहेत, इन्स्ट्रक्टर गव्हर्नमेंट ITI सातारा यांना 17 वर्षांचा प्रशिक्षणाचा अनुभव आहे. नवीन वार्षिक पॅटर्न म्हणून लिहिलेल्या, या ई-बुकमध्ये प्रत्येक विषयासाठी मांडणी, सोपी भाषा आणि सोपी वाक्यरचना, आकृती आणि व्हिडिओ समजून घेण्यासाठी आधुनिक डिजिटल QR कोड तंत्रज्ञान समाविष्ट केले आहे. त्यामुळे सखोल अभ्यास आणि परीक्षेच्या सरावासाठी हे ई-बुक नक्कीच उपयोगी पडेल याची मला खात्री आहे. त्यांनी केलेले काम नक्कीच कौतुकास्पद आहे.

श्री तुकाराम मिसाळ
प्राचार्य शासकीय औद्योगिक प्रशिक्षण संस्था सातारा.

ऋणनिर्देश, पावती

DGET नवी दिल्ली आणि CSTARI कोलकाता ऑगस्ट 2018 च्या सत्रापासून ITI मधील सर्व व्यवसायांसाठी वार्षिक पॅटर्न लागू करत आहेत. परीक्षा पद्धतीतही बदल करण्यात येणार असून या वर्षीपासून ती ऑनलाइन होणार असून सर्व प्रश्न वस्तुनिष्ठ स्वरूपाचे (MCQ) असल्याने प्रशिक्षणार्थींना सखोल अभ्यासाची नितांत गरज आहे. हे लक्षात घेऊन जुन्या NIMI पॅटर्नवर आधारित पुस्तके आणि नवीन वार्षिक पॅटर्नचे संपूर्ण विहंगावलोकन सादर करताना आम्हाला आनंद होत आहे आणि आम्हाला आशा आहे की ही पुस्तके सर्व व्यवसाय संचालक आणि प्रशिक्षणार्थींसाठी मार्गदर्शक ठरतील. आहे.

ही पुस्तके लिहिल्याबद्दल जोहर आवटे साहेब, ITI अकलूजचे प्राचार्य. ITI सातारा चे माजी प्राचार्य सायगावकर साहेब, सहाय्यक संचालक श्री चंद्रकांत ढेकणे साहेब व्यवसाय शिक्षण व प्रशिक्षण प्रादेशिक कार्यालय, पुणे, जिल्हा व्यवसाय शिक्षण व प्रशिक्षण अधिकारी सचिन धुमाळ साहेब व मुख्याध्यापिका शासकीय तंत्रनिकेतन केंद्र शाल्मली पवार मॅडम व मुलगा अधिराज डोळे, आई कुसुम डोळे. , माझे वडील मधुकर डोळे आणि पत्नी अश्विनी डोळे यांनी वेळोवेळी केलेल्या विशेष मार्गदर्शन व सहकार्याबद्दल मी त्यांचा मनःपूर्वक आभारी आहे.

तसेच अतिशय कमी कालावधीत पुस्तक प्रकाशित करण्यात अमूल्य वेळ दिल्याबद्दल श्री राजेंद्र घुमे साहेब, सहसंचालक, व्यवसाय शिक्षण व प्रशिक्षण प्रादेशिक कार्यालय, पुणे यांनी पुस्तकाचे पुनरावलोकन केले. त्यांच्या अभिप्रायाबद्दल मी मनापासून आभारी आहे.

पुस्तक लिहिण्याच्या सुरुवातीपासूनच सतत पाठबळ दिल्याबद्दल ITI सातारा च्या प्रशिक्षकांचा मी आभारी आहे.

या पुस्तकातून, ई-लर्निंगबद्दलचे माझे विचार तुमच्याशी शेअर करण्यात मी स्वतःला धन्य समजतो. हे पुस्तक परिपूर्ण आहे असा दावा मी करणार नाही, कारण परिपूर्णतेचा विचार करता हे पुस्तक एक प्रयत्न आहे आणि बाल्यावस्थेत आहे. त्यांची चाचणी आणि सूचना दिल्यास ते सुधारण्यासाठी मोलाचे ठरतील.

मनोज डोळे

दिनांक 9/1/2019

1

मेकॅनिक मोटर व्हेईकल MMV प्रथम वर्ष मराठी MCQ Drawing

Online Test Exam
ITI Books
CNC Course
AutoCAD CAM
JOB & Apprentice
Online Theory
Computer Course
Trading Course
Web Designing
MSCIT Course
Shopping Business
Internet Business
Remotasks Course
Online Services
Top Sportsmans
Indian Army
Freedom Fighters
Top Scientists
Social Reformers
Motivational Speaker
Top Richest People
Join WhatsApp Group
Join Facebook Group
Like Facebook Page
PAN / Adhar / Licence
Passport

Fire extinguisher

Calliper

Hacksaw frame

Universal surface guage

Hammer

Centre punch

Bench vice

Files

Scraper

Surface Plate

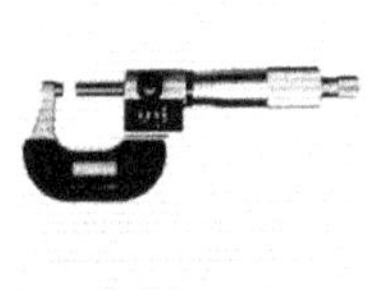 

Outside Micrometer

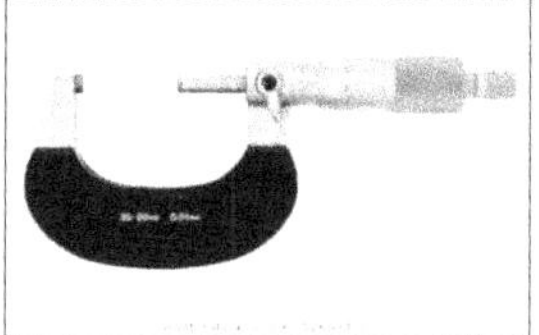

Micrometer

Depth micrometer

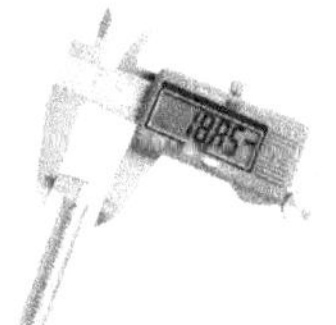

Vernier Calliper

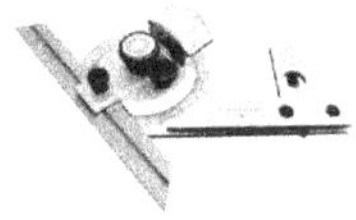

Vernier bevel protractor

Drilling

Reamer

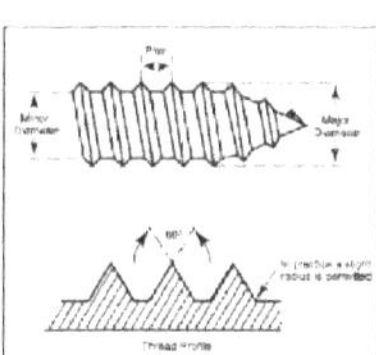

Thread

Tap Die

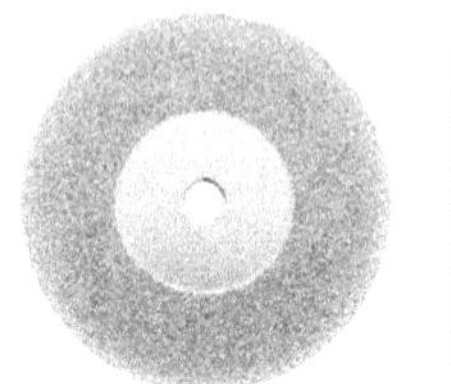 

Grinding Wheel

Slip gauge

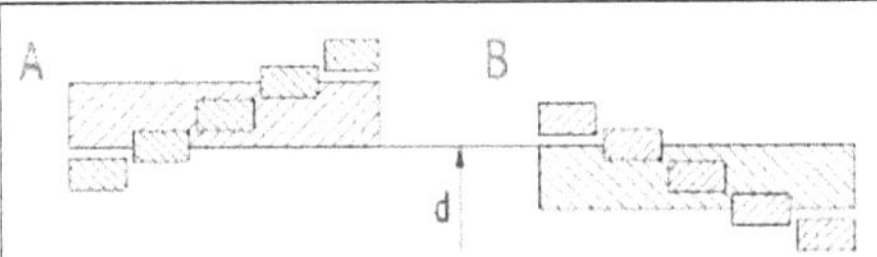

Limit fit tolerance

taper ring gauge

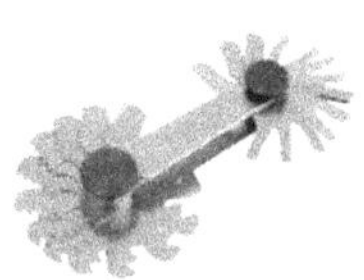

screw pitch gauge

Gear

screw pitch gauge

Tap Die

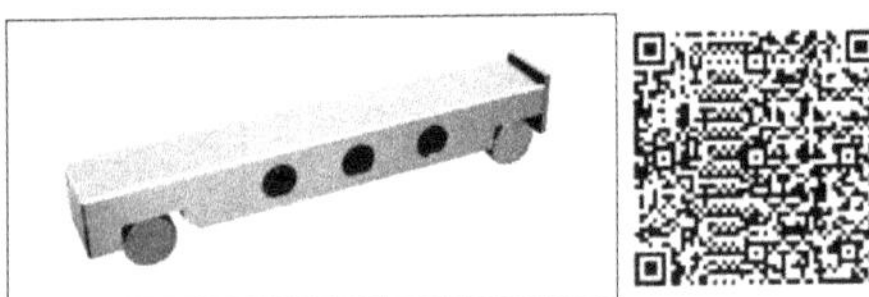

Sine bar

Slip gauge

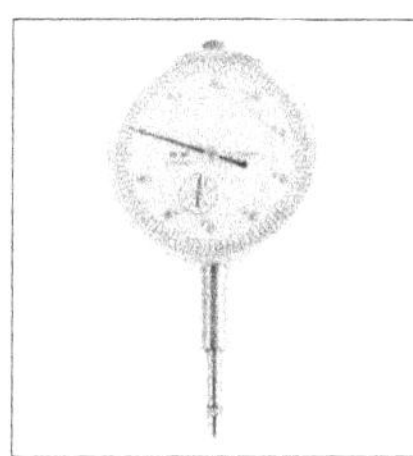

Dial test indicator

Telescopic gauge

Feeler gauge

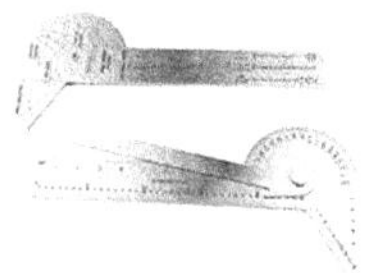

Centre gauge

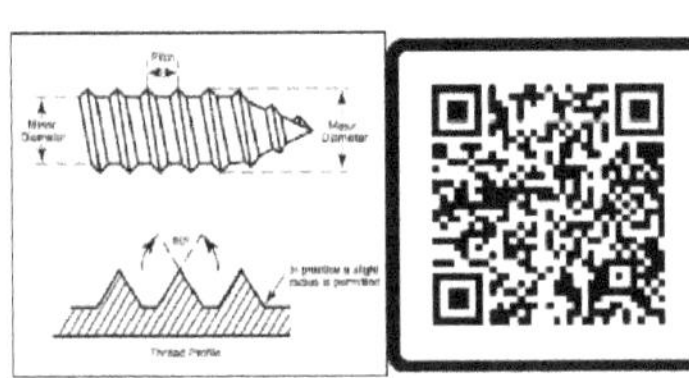

Thread

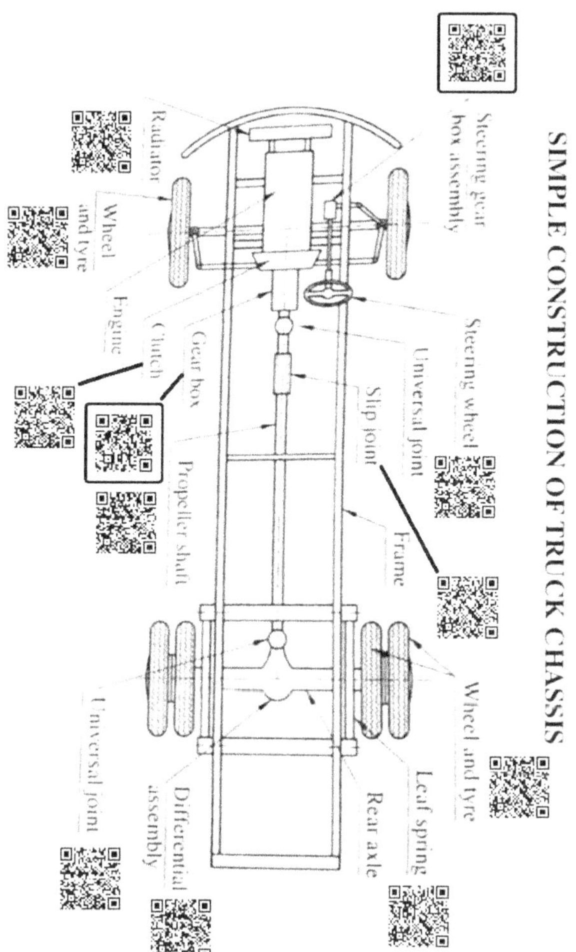
SIMPLE CONSTRUCTION OF TRUCK CHASSIS
Steering gear box assembly
Radiator
Wheel and tyre
Engine
Clutch
Gear box
Propeller shaft
Steering wheel
Universal joint
Slip joint
Frame
Wheel and tyre
Leaf spring
Rear axle
Differential assembly
Universal joint

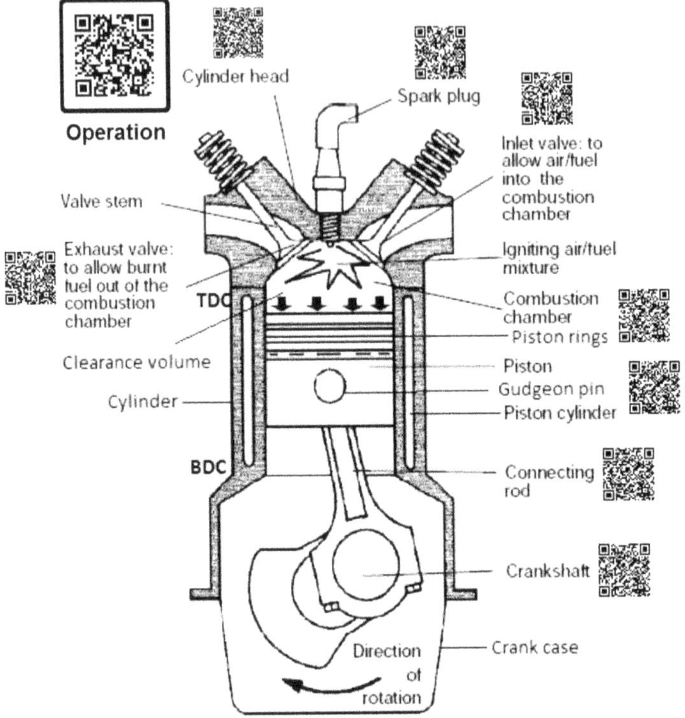

Petrol Engine Details

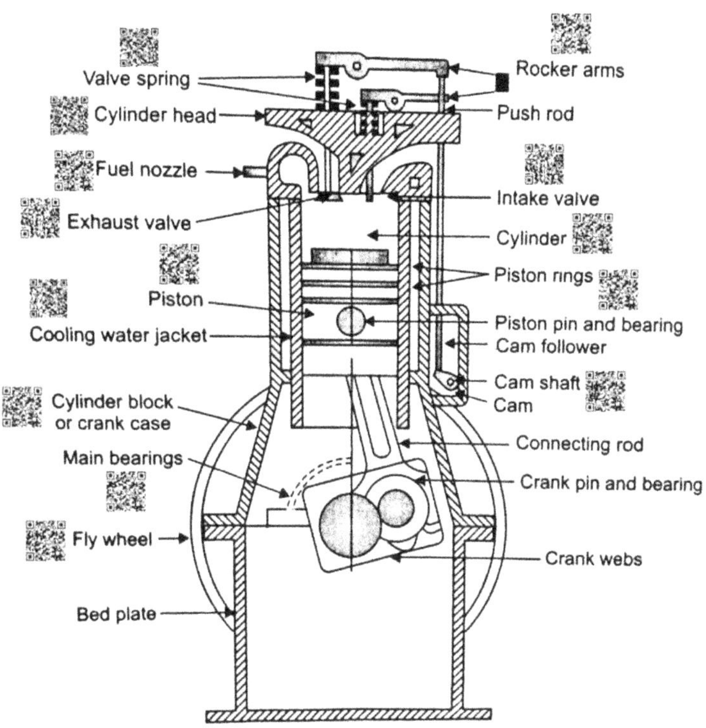

Components of Diesel Engine

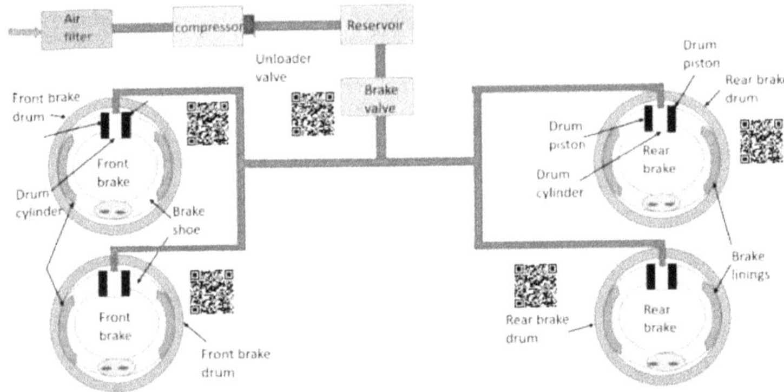
Air Braking system
Air filter
compressor
Reservoir
Unloader valve
Brake valve
Front brake drum
Front brake
Drum cylinder
Brake shoe
Front brake
Front brake drum
Drum piston
Rear brake drum
Drum piston
Rear brake
Drum cylinder
Brake linings
Rear brake drum
Rear brake

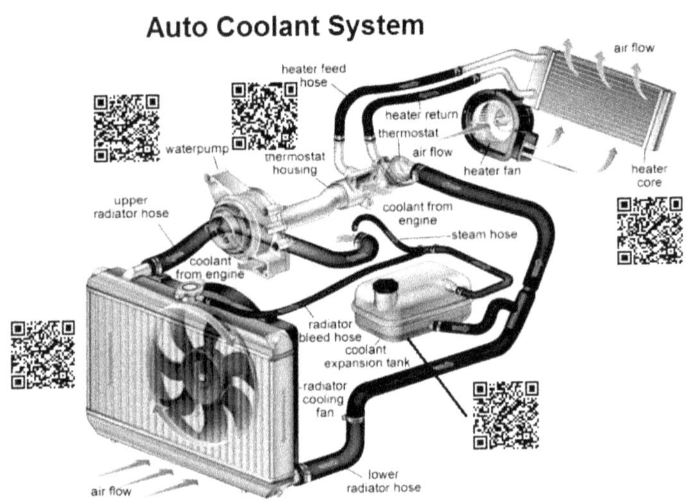
Auto Coolant System
air flow
heater feed hose
heater return
thermostat
air flow
heater fan
heater core
waterpump
thermostat housing
upper radiator hose
coolant from engine
steam hose
coolant from engine
radiator bleed hose
coolant expansion tank
radiator cooling fan
lower radiator hose
air flow

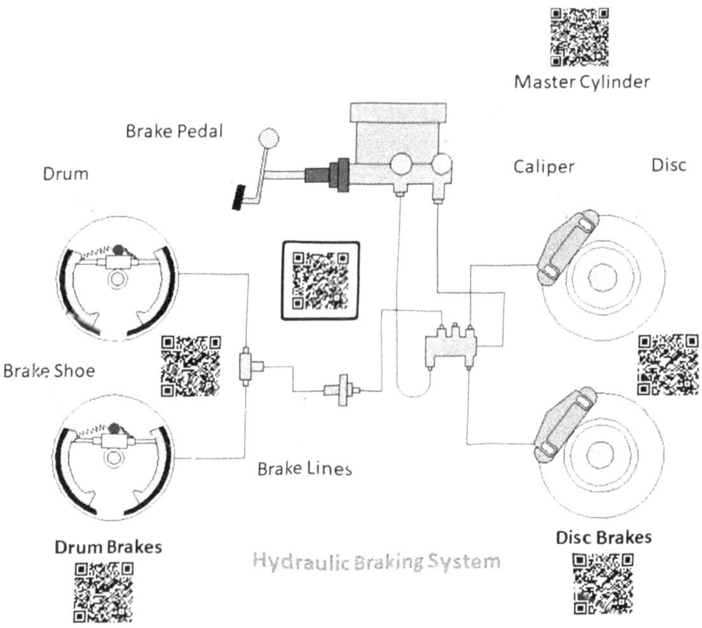
Master Cylinder
Brake Pedal
Drum
Caliper
Disc
Brake Shoe
Brake Lines
Drum Brakes
Hydraulic Braking System
Disc Brakes

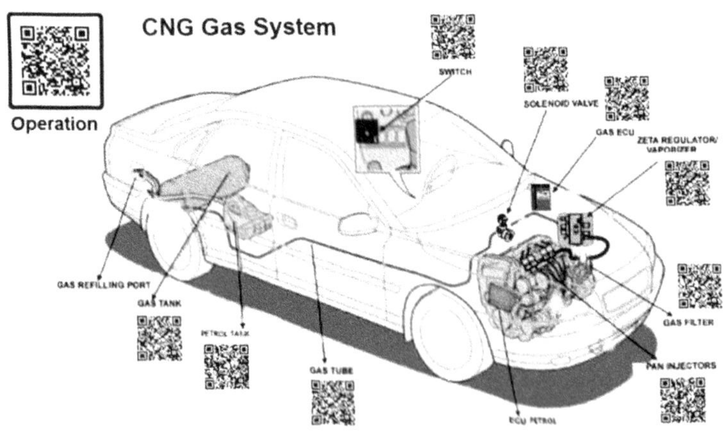
CNG Gas System
Operation
SWITCH
SOLENOID VALVE
GAS ECU
ZETA REGULATOR/
GAS FILTER
PAN INJECTORS
ECU PETROL
GAS TUBE
PETROL TANK
GAS TANK
GAS REFILLING PORT

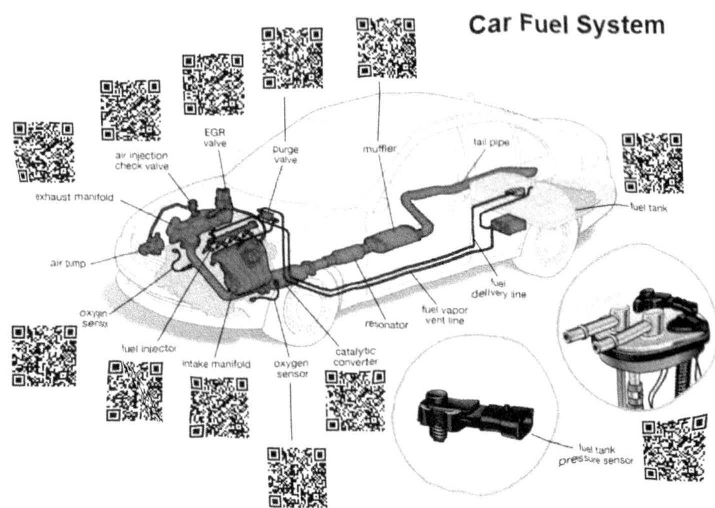
Car Fuel System
EGR valve
air injection check valve
exhaust manifold
air pump
fuel injector
intake manifold
oxygen sensor
catalytic converter
purge valve
muffler
tail pipe
fuel tank
fuel delivery line
fuel vapor vent line
resonator
fuel tank pressure sensor

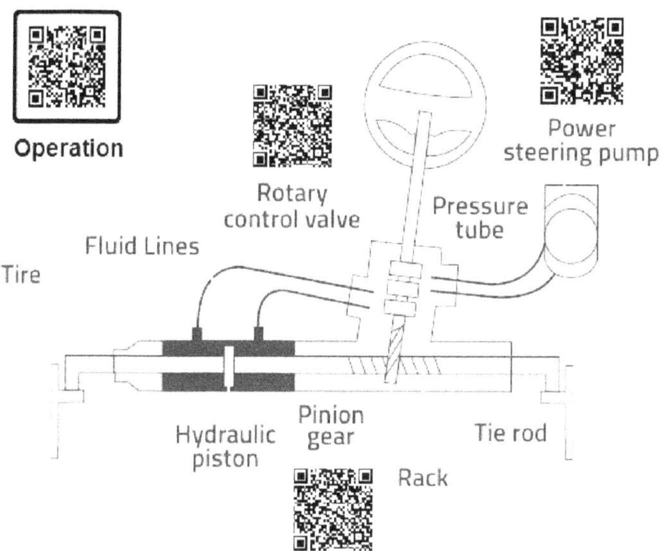

Power Steering System

WHAT IS AIRBAG?
HOW IT WORKS DURING AN ACCIDENT?

Air Bag
Inflator
Crash Sensor
Nitrogen Gas
Nitrogen Gas
Filters
Sodium Azide
Igniter
Innovation Discoveries

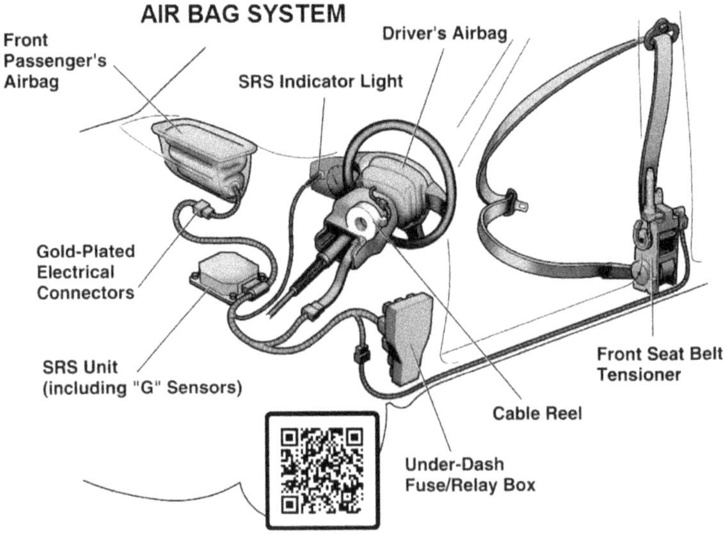

AIR BAG SYSTEM

Front Passenger's Airbag
Driver's Airbag
SRS Indicator Light
Gold-Plated Electrical Connectors
SRS Unit (including "G" Sensors)
Front Seat Belt Tensioner
Cable Reel
Under-Dash Fuse/Relay Box

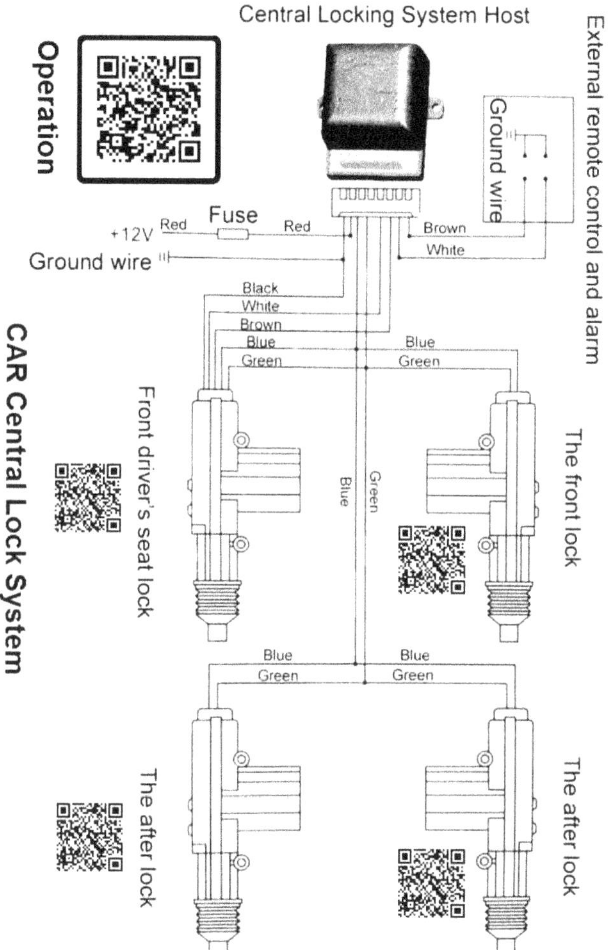
Central Locking System Host
External remote control and alarm
Ground wire
Operation
Fuse
+12V
Red
Red
Brown
White
Ground wire
Black
White
Brown
Blue
Green
Blue
Green
CAR Central Lock System
Front driver's seat lock
The front lock
Blue
Green
Blue
Green
Blue
Green
The after lock
The after lock

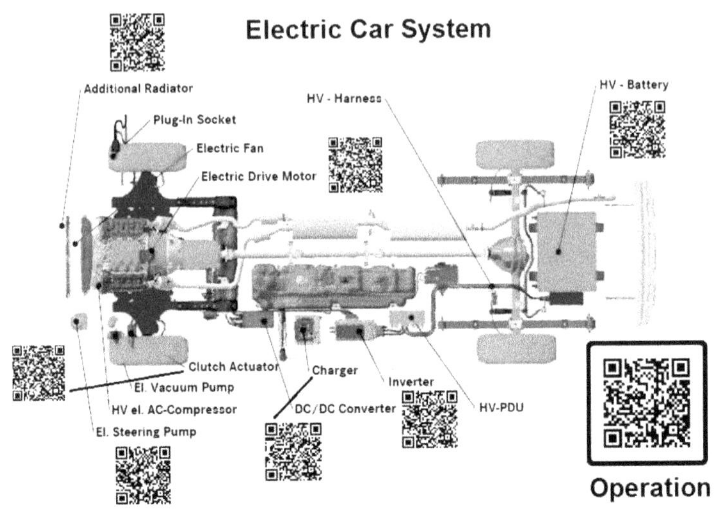

Multi Point Fuel Injection Syastem
D- MPFI & L- MPFI

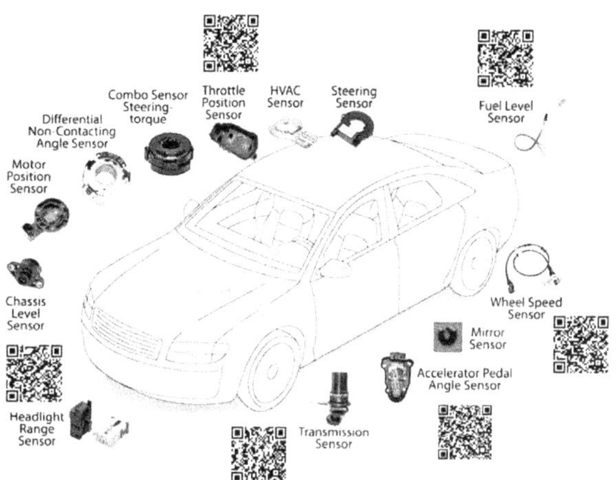

Car Sensor System

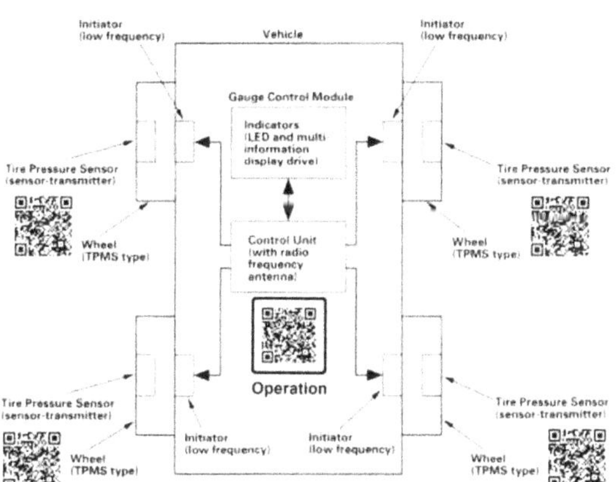

Car Tire Pressure Monitoring System (TPMS)

Dynamo (Alternator) distributor cap in car

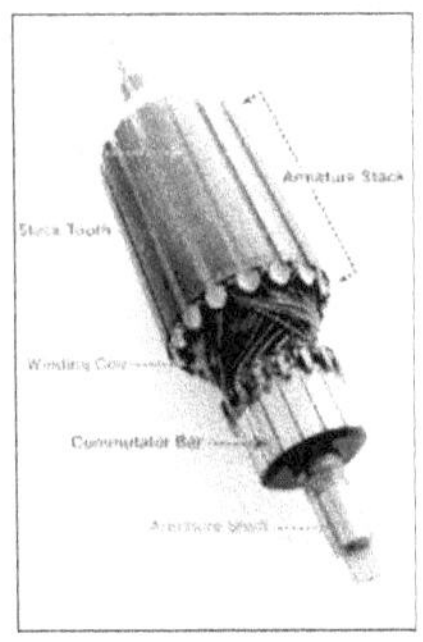

Starter winding armature in vehicle

Air tank safety valve

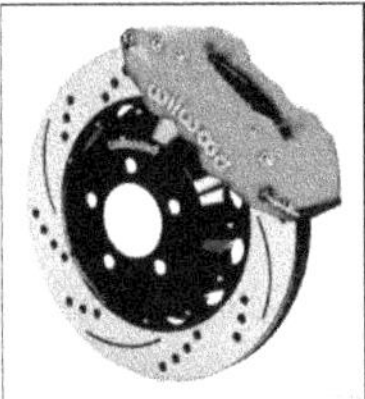

Brakes in car

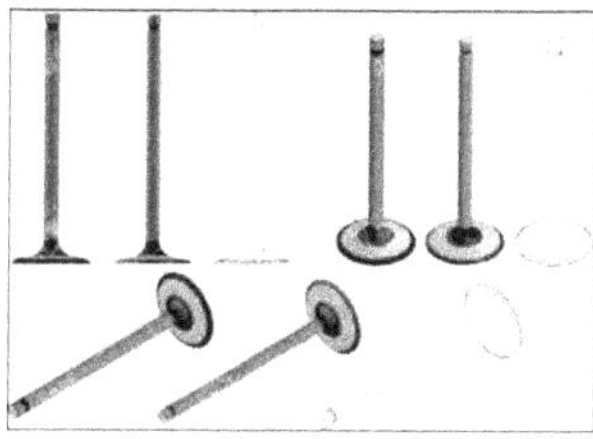

Engine valves

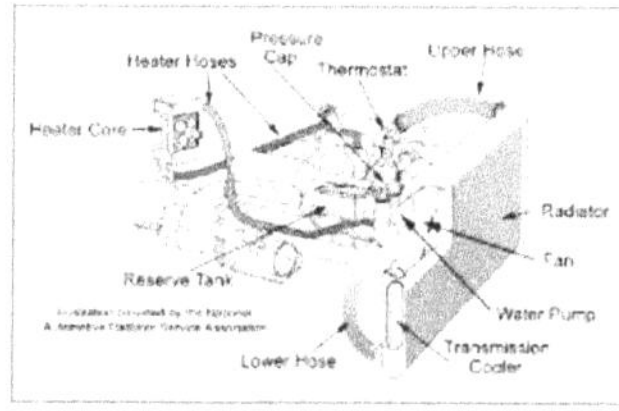

Cooling system in car

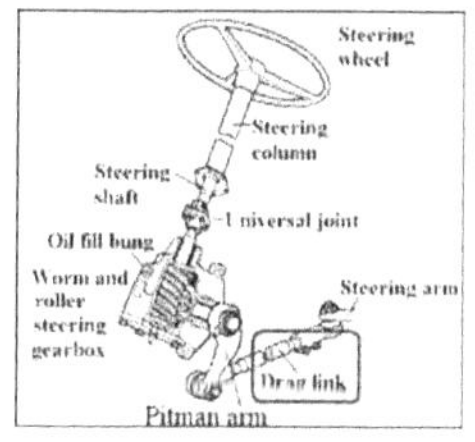

Steering gearbox in vehicle

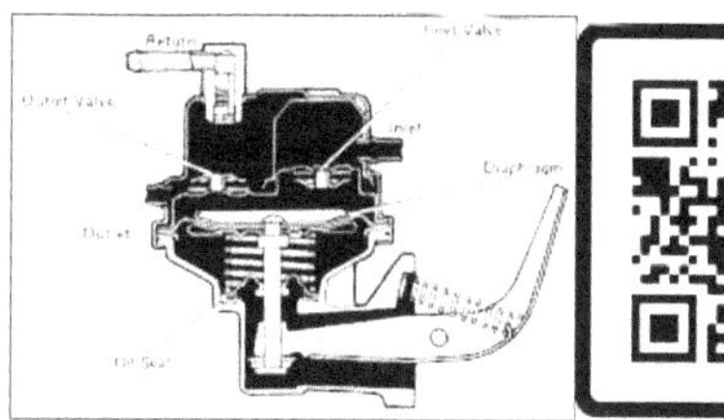

Fuel pump in Vehicle

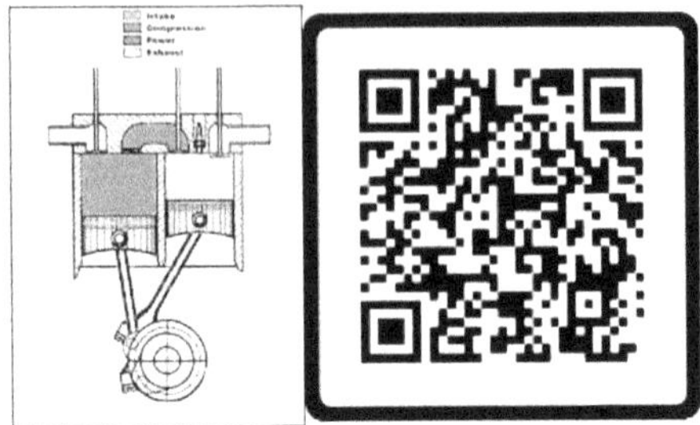

Engine in vehicle

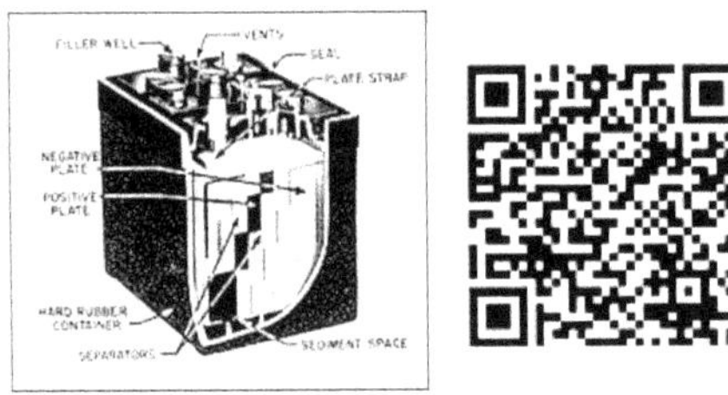

Lead acid battery in vehicle

Piston & rings in Engine

Radiator cap in vehicle

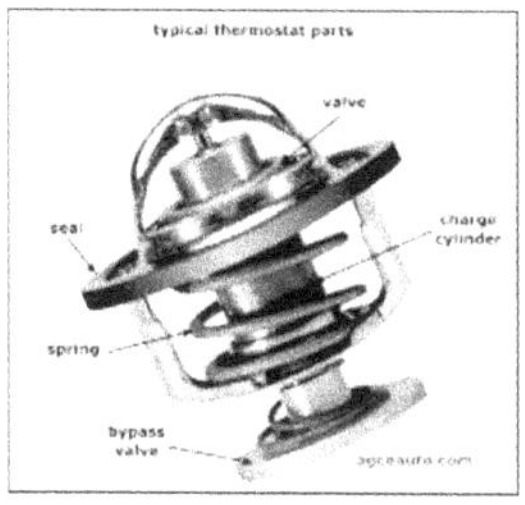

Thermostat valve in vehicle

2

मेकॅनिक मोटर व्हेईकल MMV प्रथम वर्ष मराठी MCQ

रक्तस्त्राव झाल्यास उपचार घ्या

डी] थंड 3" आणि विश्रांती

<u>अ] थंडपाण्याचीफवारणीकरा</u>

ब] लगेच मलमपट्टी -----.

ब] अपघात विचार उपचार बद्दल चौकशी

०२] अपघात झाल्यास पीडितेने आय.एम

अ] विश्रांती घेण्यास सांगितले

<u>क] तात्काळहजरझाले</u>

डी] त्याला सोडा

०३] जखमी किंवा आजारी व्यक्तीला प्राथमिक उपचार दिले जातात....

अ] जीव वाचवा

ब] मफचा पुढील बिघाड टाळा

क] शक्य तितका आराम द्या

<u>ड] हेसर्व</u>

04] कचरा पेपर वेगळे करण्यासाठी डब्यांचा कलर कोड ----- आहे.

<u>अ] निळारंग</u>

ब] पिवळा रंग

क] लाल रंग

ड] हिरवा रंग

ए] आरसी

बी] ट्रांसफार्मर

सी] प्रत्यक्ष

डी] उपरोक्त में से कोई नहीं

7. ट्रान्सफार्मर कपलिंग का प्रयोग .... प्रवर्धन के लिए किया जाता है

ए] पावर

बी] वोल्टेज

सी] वर्तमान

डी] उपरोक्त में से कोई नहीं

8. RC कपलिंग स्कीम में, कपलिंग कैपेसिटर CC काफी बड़ा होना चाहिए ....

ए] चरणों के बीच डीसी पास करने के लिए

बी] कमआवृतियोंकोकमकरनेकेलिएनहीं

सी] उच्च शक्ति को नष्ट करने के लिए

डी] उपरोक्त में से कोई नहीं

9. RC कपलिंग में कपलिंग कैपेसिटर का मान लगभग .... होता है।

ए] 100 पीएफ

बी] 0.1 μF

सी] 0.01 μF

डी] 10 μF

11. जब एक मल्टीस्टेज एम्पलीफायर डीसी सिग्नल को बढ़ाना है, तो एक को .... कपलिंग का उपयोग करना चाहिए

ए] आरसी

बी] ट्रांसफार्मर

सी] प्रत्यक्ष

डी] उपरोक्त में से कोई नहीं

12. .... युग्मन अधिकतम वोल्टेज लाभ प्रदान करता है

ए] आरसी

बी] ट्रांसफार्मर

सी] प्रत्यक्ष

डी] प्रतिबाधा

13. व्यवहार में, वोल्टेज लाभ .... को व्यक्त किया जाता है

ए] डीबी . में

B] वोल्ट में

सी] एक संख्या के रूप में

डी] उपरोक्त में से कोई नहीं

14. ट्रांसफार्मर कपलिंग उच्च दक्षता प्रदान करता है क्योंकि ....

ए] कलेक्टर वोल्टेज बढ़ाया जाता है

बी] प्रतिरोधकमहै

सी] कलेक्टर वोल्टेज नीचे ले जाया जाता है

डी] उपरोक्त में से कोई नहीं

15. लोड प्रतिरोध होने पर ट्रांसफार्मर कपलिंग आमतौर पर नियोजित होती है ....

एक बड़ा

बी] बहुत बड़ा

सी] छोटा

डी] उपरोक्त में से कोई नहीं

16. यदि थ्री-स्टेज एम्पलीफायर का व्यक्तिगत चरण लाभ 10 डीबी, 5 डीबी और 12 डीबी है, तो डीबी में कुल लाभ .... है।

ए] 600 डीबी

बी] 24 डीबी

सी] 14 डीबी

डी] 27 डीबी

17. मल्टीस्टेज एम्पलीफायर का अंतिम चरण .... का उपयोग करता है

ए] आरसी कपलिंग

बी] ट्रांसफार्मरयुग्मन

सी] प्रत्यक्ष युग्मन

डी] प्रतिबाधा युग्मन

18. कान .... के प्रति संवेदनशील नहीं है।

ए] आवृत्तिविरूपण

बी] आयाम विकृति

सी] आवृत्ति के साथ-साथ आयाम विकृति

डी] उपरोक्त में से कोई नहीं

19. RC कपलिंग का उपयोग अत्यंत कम आवृत्तियों को बढ़ाने के लिए नहीं किया जाता है क्योंकि ....

ए] काफी बिजली नुकसान होता है

B] आउटपुट में hum है

C] कपलिंगकैपेसिटरकाविद्युतआकारबहुतबड़ाहोजाताहै

डी] उपरोक्त में से कोई नहीं

अ] कोरडीशक्ती

ब] कार्बन डायऑक्साइड

क] पाण्याचा जेट

ड] फोम प्रकार

17] सामान्य आग विझवण्यासाठी कोणत्या प्रकारचे अग्निशामक यंत्र वापरले जाते?

अ] पाण्याचेप्रकारविझविण्याचेयंत्र

ब] फोम प्रकार एक्टिंग्विशर

क] कोरडी रासायनिक पावडर एक्टिंग्विशर

D] कार्बन डायऑक्साइड (C02] एक्टिंग्विशर

fire extinguisher

1 Fire Extingusher

अग्नीरोधक

18] एक मायक्रोमीटर (U] समान आहे...

A] 0.1 मिमी

ब] ०.०१ मिमी

C] 0.001 मिमी

ड] 0.0001 मिमी

19] स्लॉटची रुंदी मोजण्यासाठी कॅलिपर म्हणजे...

अ] विचित्र लेग कॅलिपर

ब] बाहेरील कॉलीपर

क] जेनी कॅलिपर

ड] कॅलिपरच्याआत

20] विभाजकांचा आकार ----------- द्वारे निर्दिष्ट केला जातो.

अ] पायांची एकूण लांबी

ब] पूर्णपणे उघडल्यावर बिंदूमधील अंतर

क] बिंदू नसलेल्या पायांची लांबी

D] पिव्होटआणिबिंदूमधीलअंतर

21] समांतर रेषा चिन्हांकित करण्यासाठी वापरलेले साधन आहे, डेटाम काठाच्या समांतर आहे -

अ] जेनीकॅलिपर

ब] विभाजक

क] बाहेरील कॉलीपर

ड] कॅलिपरच्या आत

Inside calliper hand tools

कॅलिपर

22] खालीलपैकी कोणते एक अप्रत्यक्ष मोजण्याचे साधन आहे?

अ] बाहेरीलकॅलिपर

ब] व्हर्नियर कॅलिपर

क] पोलादी नियम

ड] बाहेरील मायक्रोमीटर

23] पातळ नळ्या कापण्यासाठी, हॅकसॉ ब्लेडची सर्वात योग्य पिच आहे...

अ] 1.8 मिमी

ब] 1.4 मिमी

क] 1 मि.मी

ड] 0.8 मि.मी

24] ठोस पितळ कापण्यासाठी, हॅकसॉ ब्लेडची सर्वात योग्य पिच आहे...

अ] 1.8 मिमी

ब] 1.4 मिमी

क] 1 मि.मी

ड] 0.8 मि.मी

hacksaw Hacksaw Frame Blade

हॅकसॉ फ्रेम

25] काही स्ट्रोक नंतर एक नवीन हॅकसॉ ब्लेड मुळे सैल होते ...

अ] ब्लेडचेताणणे

ब] विंग-नट धागे जीर्ण होत आहेत

क] ब्लेडची चुकीची खेळपट्टी

ड] करवतीच्या संचाची अयोग्य निवड.

26] लहान व्यासाचे पाईप्स कापताना, नियमितपणे पाहणे आणि याची खात्री करणे उचित आहे ...

अ] कट वक्र रेषेच्या बाजूने आहे

ब] अधिककरवतीचेदातआकुंचनपावलेआहेत

क] काम जास्त तापलेले नाही

ड] हॅकसॉचे योग्य संतुलन राखले जाते

27] व्हाइस क्लॅम्पचा वापर यासाठी केला जातो...

अ] कठीण जबड्याचे रक्षण करा

ब] कामाचे तुकडे कडकपणे घट्ट करा

क] तयारपृष्ठभागसंरक्षितकरा

ड] जंगम जबडा दाखल होण्यास प्रतिबंध करा

28] चिन्हांकित करताना संदर्भ पृष्ठभाग प्रदान केला जातो ...

अ] पृष्ठभाग मापक

ब] कामाचा तुकडा

क] कामाचे रेखाचित्र

D] मार्किंगटेबलपृष्ठभाग

29] अभियंत्याच्या वाइसचा आकार द्वारे निर्दिष्ट केला जातो ...

अ] जंगम जबड्याची लांबी

ब] जबड्याचीरुंदी

क] दुर्गुणाची उंची
ड] जबडा जास्तीत जास्त उघडणे
३०] हँडल फिक्स करण्यासाठी वापरल्या जाणाऱ्या हातोड्याचा भाग...
अ] चेहरा
ब] पेन
क] गाल
ड] डोळाछिद्र
31] चिन्हांकित करण्याच्या हेतूने हातोड्याचे वजन आहे ...
अ] 250 ग्रॅम
ब] 500 ग्रॅम
क] १ किग्रॅ
ड] 2 किग्रॅ

hammer Hammers

हातोडा

३२] डिव्हायडर्सचा आकार...
अ] पायांची एकूण लांबी
ब] पूर्णपणे उघडल्यावर बिंदूमधील अंतर
क] बिंदूशिवाय पायांची लांबी
D] पिव्होटआणिबिंदूमधीलअंतर
33] 'V' ब्लॉकच्या खोबणीचा अंतर्भूत कोन नेहमीच असतो....
अ] ४५॰
ब] ६०॰
क] ९०॰
ड] 120॰
34] 'V' ब्लॉक्सच्या ग्रेडमध्ये उपलब्ध आहेत...
अ] अआणिब
ब] अ, ब आणि क

क] १,२ आणि ३

ड] १ आणि २

35] 'B' ग्रेडचे 'V' ब्लॉक बनलेले आहेत

अ] कास्टलोह

ब] सौम्य पोलाद

क] पोलाद

ड] कास्ट स्टील

36] केंद्र शोधण्यासाठी वापरलेल्या पंचाचे नाव सांगा.

अ] प्रिक पंच ३०°

ब] प्रिक पंच ६०°

क] केंद्रपंच

ड] डॉट पंच

Centre punch 1 Punches

केंद्र पंच

37] केंद्र पंचाचा बिंदू कोन -------- आहे.

अ] ३०°

ब] ५०°

c] 900

ड] 1200

38] पंचांचा वापर --------- कोणत्याही आकाराचा बनवण्यासाठी केला जातो

अ] छिद्र

ब] खाण

C] Knurling

ड] रीमिंग

39] साधारणपणे वाइसच्या हँडलची लांबी ---------- असते.

अ] वाइसच्या सामान्य आकाराच्या 1.5 पट

ब] वाइसच्यासामान्यआकाराच्या 2.5 पट

क] वाइसच्या सामान्य आकाराच्या 3.5 पट

ड] वाइसच्या सामान्य आकाराच्या 4.5 पट

bench vice Bench Vice

खंडपीठ उपाध्यक्ष

40] बेंच व्हाईस स्पिंडल .... चे बनलेले असते.

<u>अ] सौम्यपोलाद</u>

ब] कास्ट लोह

क] साधन स्टील

ड] कांस्य

41] सार्वत्रिक पृष्ठभाग गेजचा भाग जो डेटाम काठावर समांतर रेषा काढण्यास मदत करतो.

अ] रॉकर हात

ब] स्नग

क] बारीक समायोजन स्क्रू

ड] <u>मार्गदर्शकपिन</u>

42] स्क्राइबर बनलेले आहेत ...

अ] सौम्य पोलाद

ब] <u>उच्चकार्बनस्टील</u>

क] पितळ

D. कास्ट लोह

43] लेखकाचा बिंदू कोन ----------- आहे.

अ] ३०°

ब] ६०°

C] 5° ते 10°

<u>D] 12° ते 15°</u>

44] कास्ट आयरन चिपकण्यासाठी कटिंग अँगल आहे...

अ] ३७.५°

ब] 55◦

क] 60◦

ड] 90◦

45] छिन्नी सामग्रीमध्ये खोदेल जेव्हा...

अ] रेक कोन अधिक आहे

ब] क्लिअरन्स कोन खूप कमी आहे

क] झुकावकोनअधिकआहे

ड] झुकाव कोन खूप कमी आहे

46] कटिंग एजला थोडासा बहिर्वक्रता दिला जातो...

अ] वक्र पृष्ठभाग कापून टाका

ब] टोकदार कोपरे कापून घ्या

क] टोकेखोदण्यासप्रतिबंधकरा

ड] वंगण आत येऊ द्या

47] चिन्हांकित टाळण्यासाठी तयार केलेल्या ट्यूबलर रेंच पृष्ठभागांवर वापरले जाते.

अ] स्टिलसन पाईप

ब] चेन रिंच

क] पट्टा पाना

ड] फूटप्रिंट रेंच

48] बंदिस्त ठिकाणी पाईप्स आणि गोलाकार साठा पकडण्यासाठी आणि फिरवण्यासाठी वापरला जातो.

अ] स्टिलसन पाईप

ब] चेन रिंच

क] पट्टा पाना

ड] फूटप्रिंट रेंच

49] iarge व्यासाचे पाईप्स ठेवण्यासाठी वापरले जाते.

अ] स्टिलसन पाईप

ब] चेन रिंच

क] पट्टा पाना

ड] फूटप्रिंट रेंच

50] पाईप, नळ्या आणि सिलेंडरिक रॉड पकडण्यासाठी आणि वळवण्यासाठी वापरला जातो.

अ] स्टिलसन पाईप

ब] चेन रिंच

क] पट्टा पाना

ड] फूटप्रिंट रेंच

51] मेट्रिक मायक्रोमीटरमध्ये, थिमल ऍडव्हान्सची संपूर्ण क्रांती -----------

अ] 0.01 मिमी

ब] 0.25 मिमी

C] 0.50 मिमी

ड] 1.00 मि.मी

52] मायक्रोमीटरमधील रॅचेट स्टॉप ------------ मदत करते.

अ] दाबनियंत्रितकरा

ब] स्पिंडल लॉक करा

C] शून्य त्रुटी समायोजित करा

ड] कामाचा तुकडा धरा

53] 1000 मायक्रॉन म्हणजे ------------

अ] 1 मि.मी

ब] १ मी

क] 1000 मिमी

ड] 10 सें.मी

54] मायक्रोमीटरच्या बाहेरील 50-75 मिमीचे शून्य वाचन किती आहे?

अ] 0.000 मिमी

ब] 0.01 मिमी

क] 25.00 मिमी

ड] 50.00 मिमी

55] मायक्रोमीटरच्या बाहेरील मेट्रिकच्या स्लीव्हवरील सर्वात लहान भागाचे मूल्य ----- आहे.

अ] 0.50 मिमी

ब] 1.00 मिमी

क] 1.50 मिमी

D] 2.00 मिमी

Out Side Micrometer

micrometer2

मायक्रोमीटर

56] मायक्रोमीटरमधील रॅचेट स्टॉप --------- मदत करते.

अ] दाबनियंत्रितकरा

ब] स्पिंडल लॉक करा

C] शून्य त्रुटी समायोजित करा

ड] कामाचा तुकडा धरा

Depth micrometer 1

Depth Micrometer

खोली मायक्रोमीटर

57] डेप्थ मायक्रोमीटरची किमान संख्या आहे

अ] 0.5 मिमी

ब] 0.2 मिमी

C] 0.001 मिमी

ड] 0.01 मिमी

58] व्हर्नियर कॅलिपरची सर्वात कमी संख्या आहे (मुख्य स्केल = 49 विभाग, व्हर्नियर स्केल = 50 विभाग)

A] 0.1 मिमी

ब] 0.01 मिमी

C] 0.001 मिमी

ड] 0.02 मिमी

59] व्हर्नियर कॅलिपर वापरून केलेल्या मोजमापाचा प्रकार ------- आहे.

अ] थेट मोजमाप

ब] अप्रत्यक्षमापन

क] ९०“] (अ] ८१ (ब]

ड] यापैकी नाही

60] टेलीस्कोपिक गेजचा वापर छिद्र आणि स्लॉट मोजण्यासाठी केला जातो.

अ] 10 मिमी ते 100 मिमी पर्यंत

ब] 12 मिमी ते 152 मिमी पर्यंत

क] १२.७ मिमी ते १५२.४ मिमी

D] वरीलपैकी काहीही नाही.

Telescopic gauges 1 Teliscopic Gauge

टेलिस्कोपिक गेज

61] छिद्र आणि स्लॉट मोजण्यासाठी लहान छिद्र गेज वापरले जातात.

अ] 10 मिमी खाली

ब] 12.7 मिमी खाली

C] 20 मिमी खाली

ड] 20.7 मिमी खाली.

dial test indicator 1 Dial Guage

चाचणीनिर्देशकडायलकरा

62] डायल टेस्ट इंडिकेटर हे मापन दर्शवते...

अ.] घटकाचा वास्तविक आकार

ब.] 5 मि.मी.च्या दोन पायऱ्यांमधील फरक

C.] पॉइंटरद्वारेआकारातवाढविलेलेलहानफरक

ड.] परिमाणाचे थेट वाचन

63] व्ही -ब्लॉक आणि डायल इंडिकेटर पद्धत मोजण्यासाठी वापरली जाते

अ] कामाच्या तुकड्याच्या जमिनीची लांबी

ब] वर्कपीसच्यापृष्ठभागाचीगोलाकारता

क] पृष्ठभागाची सपाटता

ड] धाग्याची पिच

64] डायल टेस्ट इंडिकेटरबद्दल खालीलपैकी कोणते बरोबर नाही?

अ] त्याच्या डायलवर 100 विभाग आहेत

ब] स्टेमची हालचाल गियर ट्रेनद्वारे डायलमध्ये हस्तांतरित केली जाते.

क] त्याचीअचूकता 0.1 मिमीआहे

65] फीलर गेज यासाठी वापरले जाते...

अ] पृष्ठभागाचा खडबडीतपणा तपासणे

B] कामाच्या तुकड्यांची त्रिज्या तपासत आहे

क] वीणभागांमधीलअंतरतपासणे

ड] होल लोकेटरची अचूकता तपासणे

feeler gauge 1

Feeler Guage

फीलर गेज

66] थ्रेडिंग टूल्सचा वापर करून 60◦ कोनासाठी अचूकता तपासली जाते.

अ] थ्रेड प्लग गेज

ब] केंद्रगेज

क] स्क्रू पिच गेज

ड] साधन कोन गेज

centre gauge 1 Gauges

केंद्र गेज

67] प्रति इंच थ्रेड्सची संख्या a सह तपासली जाऊ शकते

अ] टूल गेज

ब] मोजणी करून मेट्रिक नियम

क] रिंग गेज

ड] <u>स्क्रूपिचगेज</u>

screw pitch gauge Screw Pitch Gauge

<u>स्क्रूपिचगेज</u>

68] बोल्ट आणि थ्रेड्सचे नुकसान होण्यापासून संरक्षण करण्यासाठी वापरले जाते.

अ] <u>डोनाल्ड कॅप नट</u>

ब] अंगठा नट

क] षटकोनी नट

ड] विंग-नट

thread2 screw threads

धागा

69] जेथे वारंवार काढणे आणि निराकरण करणे आवश्यक आहे तेथे वापरले जाते.

अ] डोनाल्ड कॅप नट

ब] अंगठा नट

क] षटकोनी नट

ड] <u>विंग-नट</u>

70] मशीन बिल्डिंग आणि स्ट्रक्चरच्या कामात वापरली जाते.

अ] डोनाल्ड कॅप नट

ब] थंब नट

क] <u>षटकोनी नट</u>

ड] विंग-नट

71] जेथे वारंवार समायोजन करावे लागते तेथे वापरले जाते.

अ] डोनाल्ड कॅप नट

ब] <u>अंगठा नट</u>

क] षटकोनी नट

ड] विंग-नट

72] नट मध्ये नायलॉन घालणे सैल होण्यापासून प्रतिबंधित करते.

अ] लॉकिंग प्लेट

ब] वायर लॉक

क] <u>स्व-लॉकिंग नट</u>

ड] करवतीचे नट

73] नटच्या अर्ध्या भागात एक स्लॉट कापला जातो.

अ] लॉकिंग प्लेट

ब] वायर लॉक

क] स्व-लॉकिंग नट

ड] <u>करवतीचे नट</u>

74] दोन बोल्टचे ढिले होण्यास प्रतिबंध करते.

अ] लॉकिंग प्लेट

ब] <u>वायर लॉक</u>

क] स्व-लॉकिंग नट

ड] करवतीचे नट

75] वरच्या नट फिरणे प्रतिबंधित करते.

अ] <u>लॉक-नट</u>

ब] खोबणीचे नट

क] स्व-लॉकिंग नट

ड] करवतीचे नट

76] नट फिट करण्यासाठी प्लेटच्या आकाराचा वापर करून नट सैल होण्यापासून प्रतिबंधित करते.

अ] <u>लॉकिंग प्लेट</u>

ब] वायर लॉक

क] स्व-लॉकिंग नट

ड] करवतीचे नट

77] षटकोनी नट ज्याचा खालचा भाग दंडगोलाकार बनलेला आणि खोबणी केलेला आहे.

अ] लॉक-नट

ब] <u>खोबणीचे नट</u>

क] स्व-लॉकिंग नट

ड] करवतीचे नट

78] स्टडच्या व्यासाच्या निम्म्याएवढे आंधळे भोक ड्रिल करा. हे टूल भोकमध्ये घाला आणि हे घड्याळाच्या उलट दिशेने वळवून स्टड काढा.

अ] प्रिक पंच पद्धत

ब] फाइलिंग स्क्वेअर खूप मि.मी

क] चौरस टेपर पंच वापरणे

ड] इझी-आउट पद्धत

79] स्टड पृष्ठभागाजवळ तुटल्यास, स्टड काढण्यासाठी ही पद्धत वापरा.

अ] प्रिक पंच पद्धत

ब] फाइलिंग स्क्वेअर खूप मि.मी

क] चौरस टेपर पंच वापरणे

ड] इझी-आउट पद्धत

80] जेव्हा स्टड पृष्ठभागावर थोडासा तुटलेला असतो तेव्हा ही पद्धत स्टड काढण्यासाठी वापरली जाते.

अ] फाइलिंग स्क्वेअर खूप मि.मी

ब] चौरस टेपर पंच वापरणे

क] इझी-आउट पद्धत

ड] ड्रिल भोक करणे

81] तुटलेला स्टड काढण्यासाठी या पद्धतीत एक विशेष साधन वापरले जाते.

अ] प्रिक पंच पद्धत

ब] फाइलिंग स्क्वेअर खूप मि.मी

क] चौरस टेपर पंच वापरणे

ड] इझी-आउट पद्धत

82] पसरलेल्या स्टडला चौकोनी स्वरूपात फाइल करा आणि ते काढा.

अ] प्रिक पंच पद्धत

ब] फाइलिंग स्क्वेअर खूप मि.मी

क] चौरस टेपर पंच वापरणे

ड] इझी-आउट पद्धत

files 1 Files

फाईल्स

83] फाइल्सची उत्तलता मदत करते...

अ] अवतल पृष्ठभाग फाइल करण्यासाठी

ब] बहिर्वक्र पृष्ठभाग फाइल करण्यासाठी

क] कामाच्याकडागोलाकारटाळण्यासाठी

D] दाब लागू झाल्यावर सरळ होणारी फाईल

84] लाकूड, चामडे आणि इतर मऊ साहित्य भरण्यासाठी कोणती फाईल वापरली जाते?

अ] सिंगल कट फाइल

ब] डबल कट फाइल

c] रास्पकटफाइल

ड] वक्र कट फाइल

85] वापरलेली फाईल ------------ साठी वापरली जाते.

अ] कामाचा तुकडा साफ करणे

क] फाईलचे दात नूतनीकरण करणे

ब] फाईलचेदातसाफकरणे

ड] चिप्स साफ करणे

86] फाइल कार्ड -------- यासाठी वापरले जाते.

अ] कामाचा तुकडा स्वच्छ करा

C] फाईलचे दात नूतनीकरण करा

ब] फाईलचेदातस्वच्छकरा

87] बेंच ग्राइंडर .... साठी वापरतात.

अ] हेवी ड्युटी काम

ब] जड आणि हलके काम

क] लाईटड्युटीकाम

ड] साबणाचे काम

88] बेंच ग्राइंडर .... वर बसवले जातात.

अ] पाया

B] तक्ता.

क] व्हील गार्ड

ड] कन्व्हेयर

89] मोठ्या प्रमाणावर उत्पादनात अदलाबदल क्षमता साध्य करण्यासाठी खालीलपैकी कोणता घटक आवश्यक आहे? .

अ] भूमितीय अचूकता.

ब] मानकीकरण

क] मितीयअचूकता

ड] पृष्ठभाग समाप्त

90] अदलाबदल क्षमता सामान्यतः लागू केली जाते? _

अ] भागांची दुरुस्ती

ब] मोठ्याप्रमाणावरउत्पादन

क] सिंगल पीस उत्पादन

ड] हे सर्व

91] मूळ परिमाणाच्या एका बाजूला सहिष्णुता दिली जाते तेव्हा त्याला -------- म्हणतात.

अ].सहिष्णुता प्रणाली

ब] एकतर्फीसहिष्णुता

क] द्विपक्षीय सहिष्णुता

ड] भत्ता प्रणाली

92] घटकाच्या परिमाणांचे मोजलेले आकार--------- म्हणतात.

अ] मूळ आकार

ब] नाममात्र आकार

क] अनुमत आकार

ड] वास्तविकआकार

93] ड्रॉइंगमध्ये शाफ्टची परिमाणे 40i 0068/0042 दर्शविली आहे, सहिष्णुतेमध्ये शाफ्टचा आकार किती आहे?

अ] 4.0.64 मिमी

ब] 40.042 मिमी

C] 40.000 मिमी

ड] 39.998 मिमी

94] इन होल मूलभूत प्रणाली ----------

अ] शाफ्टचा आकार स्थिर केला जातो

ब] छिद्राचाआकारस्थिरकेलाजातो

क] छिद्रावर फक्त 'भत्ता दिला जातो

ड] परवानगीयोग्य सहिष्णुता छिद्र आणि शाफ्टवर दिली जाते

95] घटकाचा आकार 24 -0.1 असा दिला जातो. -O.1 काय सूचित करते? _

अ] वरचे विचलन + ०.१ मिमी आहे.

ब] निम्न विचलन 0.0 मिमी आहे

C] मूलभूत विचलन 0.0 मिमी आहे

D] खालचेविचलन _0.1 मिमीआहे

96] छिद्राची सहिष्णुता ही यातील फरक आहे --

अ] कमाल भोक आकार आणि जास्तीत जास्त शाफ्ट आकार

ब] जास्तीतजास्तभोकआकारआणिजास्तीतजास्तभोकआकार

क] किमान 'छिद्र आकार आणि कमाल शाफ्ट आकार

ड] किमान छिद्राचा आकार आणि किमान शाफ्टचा आकार

97] ज्या छिद्राचे खालचे विचलन शून्य असते त्याला मूलभूत छिद्र म्हणतात. खालीलपैकी कोणते अक्षर मूळ छिद्र दर्शवते?

अ] इ

ब] एफ

क] ग'

ड] एच

98] वरचे विचलन शून्य असलेले कोणते?

अ] Bassc शाफ्ट

ब] मूळ छिद्र

क] सहिष्णुता

ड] मंजुरी

99] शाफ्टवर बॉल बेअरिंग फिट प्रकार आहे? ,

अ] क्लिअरन्स फिट

ब] ड्रायव्हिंगफिट

क] संकोचन फिट

ड] वरीलपैकी काहीही नाही

100] BIS च्या मर्यादा आणि तंदुरुस्त प्रणालीमध्ये, सहिष्णुतेची श्रेणी संख्या चिन्हांद्वारे दर्शविली जाते आणि तेथे ---------i आहेत

A] सहिष्णुतेचे 14 ग्रेड

ब] सहनशीलतेचे 16 ग्रेड

C] सहिष्णुतेचे 18 ग्रेड'

ड] सहिष्णुतेचे 20 ग्रेड

limit fit tolarance 1

limit fit tolerance

फिट सहिष्णुता मर्यादित करा

101] उत्पादनाला गुणवत्ता असते असे म्हणतात जेव्हा ....

अ] त्याचा आकार आणि परिमाणे मर्यादेत आहेत

ब] तेवापरण्यासयो॑ग्यआहे

क] ते खूप चांगले असल्याचे दिसून येते

ड] साहित्याची निवड योग्य आहे

102] होल'30 +0.021, 0.000 आणि शाफ्ट 30 -0.110, 0.143 दरम्यान जास्तीत जास्त क्लिअरन्स आवश्यक आहे.

अ] 0.110 मिमी'

ब] 0.131 मिमी

C] 0.164 मिमी

ड] 0.143 मिमी

103] रेखांकनामध्ये 25.1002 मिमी असे परिमाण सांगितले आहे. सहिष्णुता म्हणजे काय?

अ] +०.०२ मिमी'

ब] +0.04 मिमी

C] -0.02 मिमी

ड] 25.00 मिमी

104] एका छिद्रात पिन बसवली जाते. पिनचा सहिष्णुता क्षेत्र पूर्णपणे छिद्राच्या वर आहे. प्राप्त फिट असेल?

अ] क्लिअरन्स फिट

ब] संक्रमण फिट

क] हस्तक्षेपफिट

ड] धावणे फिट

105] भाग आकारास सहिष्णुता दिली जाते ....

अ] आवश्यकअनुज्ञेयआकाराच्यात्रुटीमध्येभागाचेउत्पादनकरा

ब] उत्पादन वाढवा

क] उत्पादन कमी करा

ड] घटक अंदाजे पूर्ण करा

106] खालीलपैकी कोणते क्लीयरन्स संपूर्ण मूलभूत प्रणाली अंतर्गत योग्य आहे?

A] 20 H7/p6'

ब] 2067/211

C] ZOG/gll.

D] 20H/g11.

107] BIS प्रणालीनुसार फिटचे तीन वर्ग .... आहेत.

अ] क्लिअरन्सफिट, इंटरफेरन्सफिटआणिट्रांझिशनफिट

ब] मध्यम फिट, पुश फिट आणि घट्ट फिट

क] फ्लॅट फिट, राउंड फिट आणि स्क्वेअर फिट

ड] 'स्लाइडिंग फिट', लूज फिट आणि संकोचन फिट

108] खालीलपैकी कोणत्या सहिष्णुतेच्या वैशिष्ट्यांमध्ये 20 मिमी पेक्षा जास्त आकारमान नसलेले आहे?

अ] २० +०.२,-०.३

ब] 20 320.2

क] 20 -0.2, 0.3 ई

D]m 20 +500, ~03

109] कमाल आणि किमान मर्यादेतील फरक -------- आहे.

अ] एकच माहिती देणारा

ब] मूळ शाफ्ट

क] मंजुरी

ड] सहिष्णुता

110] एक शाफ्ट 55 झुडूप मध्ये मुक्तपणे चालणारा प्रकार --------- आहे.

अ] क्लिअरन्स फिट

ब] ड्रायव्हिंग प्लेट

क] संकोचनफिट

ड] वरीलपैकी काहीही नाही

111] टॅपर शँक ड्रिल मशीनवर याद्वारे आयोजित केले जातात ...

अ] चक

ब] बाही

क] वाहून जाणे

ड] वाइस

112] ड्रिल चक्स ड्रिलिंग मशीनच्या स्पिंडलवर एका... द्वारे बसवले जातात.

अ] नर्ल्ड रिंग

ब] आर्बर

क] वाहून जाणे

ड] पिनियन आणि किल्ली

113] ड्रिल्सवर दिलेला मोर्स टेपर...

A] MT 1 ते MT 5

ब] MT 1 ते MT 4

C] MT 0 ते MT 5

D] MT 0 ते MT 4

114] ड्रिफ्टचा वापर यासाठी केला जातो...

अ] ड्रिल स्थान काढणे

ब] मशीन स्पिंडलवर चक फिक्स करणे

क] कामातून तुटलेली ड्रिल काढणे

ड] मशीनस्पिंडलमधूनड्रिलकाढणे

115] जेव्हा ड्रिलचा टेपर शँक मशीनच्या स्पिंडलपेक्षा मोठा असतो, तेव्हा ड्रिल ठेवण्याचे साधन म्हणजे...

अ] ड्रिल स्लीव्ह

ब] टेपरसॉकेट

क] ड्रिल ड्रिफ्ट

ड] चक आणि कि

116] ड्रिलिंग मशीनमध्ये सौम्य स्टील ड्रिल करण्यासाठी योग्य कटिंग फ्लुइड आहे...

अ] सिंथेटिक विद्रव्य तेल

ब] स्वच्छ तेल

क] डिस्टिल्ड वॉटर

ड] विद्राव्यतेल

117] रेडियल ड्रिलिंग मशीनचे एक विशेष वैशिष्ट्य आहे...

अ] हे एचएसएस ड्रिलसह ड्रिलिंगसाठी वापरले जाऊ शकते

ब] टेबल कोणत्याही स्थितीत हलवले आणि सेट केले जाऊ शकते

क] वेगाची विविधता उपलब्ध आहे

ड] स्पिंडलकोणत्याहीस्थितीतआणलेजाऊशकते

118] ड्रिलचा बिंदू कोन यावर अवलंबून असतो...

अ] ड्रिलचा आकार

ब] यंत्राचा प्रकार

क] कामाचेसाहित्य

D] ड्रिलचा RPM

119] प्रमाणित ड्रिलसाठी बिंदू कोन आहे...

अ] 60◦

ब] 108◦

क] 118◦

ड] 135◦

120] हेलिकल कोन ठरवतो...

अ] कटिंग अँगल

ब] कोन चघळणे

क] रेककोन

ड] ओठांचा कोन

121] ड्रिलचा क्लिअरन्स कोन दरम्यान आहे...

अ] 3◦ ते 5◦

ब] 8◦ ते 12◦

क] 12◦ ते 20◦

ड] 15◦ ते 20◦

122] दुर्गम ठिकाणी (वीज उपलब्ध नाही) रेल्वे ट्रॅक ड्रिल करायचा आहे. योग्य ड्रिलिंग मशीन निवडा

अ] रेडियल ड्रिलिंग मशीन

ब] पिलर ड्रिलिंग मशीन

क] रॅचेटड्रिलिंगमशीन

ड] संवेदनशील ड्रिलिंग मशीन

drilling drilling machine

ड्रिलिंग

123] कॅबिनेट बनवण्यासाठी सुतार वापरत असलेले ड्रिलिंग मशीन म्हणजे...

अ] रॅचेट ड्रिलिंग मशीन

ब] रेडियल ड्रिलिंग मशीन

क] <u>स्तनड्रिलिंगमशीन</u>

ड] संवेदनशील ड्रिलिंग मशीन

124] वीज उपलब्ध नसलेल्या ठिकाणी छिद्र पाडण्यासाठी खालीलपैकी कोणते ड्रिलिंग मशीन वापरले जाते?

अ] बेंच ड्रिलिंग मशीन

ब] पिलर ड्रिलिंग मशीन

क] ड्रिलिंग मशीन पुन्हा डायल करा

<u>D] रॅचेटड्रिलिंगमशीन</u>

125] खालीलपैकी कोणते ड्रिलिंग मशीन हेवी ड्युटी कामासाठी वापरले जाते?

अ] बेंच ड्रिलिंग मशीन

ब] पिलर ड्रिलिंग मशीन

<u>क] रेडियलड्रिलिंगमशीन</u>

ड] इलेक्ट्रिक हँड ड्रिलिंग मशीन

126] ड्रिल चक मशीनच्या स्पिंडलवर ------ च्या माध्यमातून धरले जातात.

<u>अ] आर्बर</u>

ब] वाहून जाणे

क] ड्रॉ-इन बार

ड] चक नट

127] संवेदनशील बेंच ड्रिलिंग मशीनमध्ये ---- द्वारे भिन्न वेग प्राप्त केले जातात.

<u>अ] बेल्टपुलीयंत्रणा</u>

ब] हायड्रोलिक यंत्रणा

क] रॅक आणि पिनियन यंत्रणा

ड] कॅम आणि अनुयायी यंत्रणा

128] खालीलपैकी कोणता फक्त धागा पूर्ण करण्यासाठी आणि योग्य फॉर्म ठेवण्यासाठी वापरला जातो?

एकनळ

ब] थ्रेडिंग साधन

क] थ्रेडिंग चेझर

ड] टिपलेले साधन

129] टॅप बारीक करून पुन्हा तीक्ष्ण केले जातात ....

अ] बासरी

ब] धागे

क] व्यास

ड] आराम

130] MS टॅप रुंदीच्या टेपिंगसाठी कोणत्या आकाराचे ड्रिल वापरले जाते?

अ] 4.5 मिमी

ब] 4.0 मिमी

C] 0.38 मिमी

ड] 0.35 मिमी

131] खालीलपैकी कोणता धागा हाताने चालवण्यासाठी वापरला जातो?

एकनळ

ब] थ्रेडिंग साधन

क] थ्रेडिंग चेझर

ड] टिपलेले साधन

132] हँड टॅपिंग ऑपरेशनमध्ये, वापरलेल्या नळांची संख्या ----

अ] २

ब] ३

क] ४

ड] 5

133] एका छिद्रात 100% टॅप मिळविण्यासाठी छिद्राचा आकार ---- समान असणे आवश्यक आहे.

अ] नळाचाकिरकोळव्यास

ब] नळाचा मध्यवर्ती व्यास

क] टॅपचा मुख्य व्यास

ड] यापैकी नाही

134] एक मृत्यू ज्यामध्ये एका स्ट्रोकमध्ये एकापेक्षा जास्त कटिंग ऑपरेशन्स तयार होतात

अ] छेदून मरणे
ब] पुरोगामी मरतात
क] संयोजन मरतात
ड] <u>कंपाऊंड मरणे</u>

tap and die1 Tap Die

डाय टॅप करा

135] एक डाय ज्यामध्ये प्रत्येक स्ट्रोकमध्ये कटिंग आणि नॉन कटिंग ऑपरेशन्स केल्या जातात.

अ] छेदून मरणे
ब] पुरोगामी मरतात
क] <u>संयोजन मरतात</u>
ड] कंपाऊंड मरणे

136] एक मृत्यू ज्यामध्ये दोन किंवा अधिक अनुक्रमिक ऑपरेशन्स कामावर दोन किंवा अधिक स्टेशनवर केल्या जातात.

अ] छेदून मरणे
ब] <u>पुरोगामी मरतात</u>
क] संयोजन मरतात
ड] कंपाऊंड मरणे

137] एक डाय ज्यामध्ये पंच आणि डायचे आकार कमी किंवा कोणत्याही धातूच्या प्रवाहासह थेट धातूमध्ये पुनरुत्पादित केले जातात.

अ] पुरोगामी मरतात
ब] संयोजन मरतात
क] कंपाऊंड मरतात
ड] <u>फॉर्मिंग मरणे</u>

138] कोणत्याही आकाराची छिद्रे तयार करण्यासाठी वापरला जाणारा डाय.

अ] <u>छेदून मरणे</u>
ब] पुरोगामी मरतात
क] संयोजन मरतात

ड] कंपाऊंड मरणे

139] आर्बर किंवा मॅन्डरेलसह वापरल्या जाणाऱ्या अक्षीय छिद्रासह लहान रेमर म्हणतात -------

अ] समांतर रेमर

ब] समायोज्य रिमर

क] विस्तार रीमर

ड] चकिंगरिमर

reamer 1 Reamers

रिमर

140] खालीलपैकी कोणता मशीन रीमरचा वापर रीमर अक्ष आणि कार्य अक्ष यांच्यातील चुकीचे संरेखन दुरुस्त करण्यासाठी केला जातो?

अ] फ्लोटिंगब्लेडरिमर

ब] मशीन जिग रिमर.

क] शेल रिमर

ड] चकिंग रिमर

141] गटर, छताचे फ्लॅशिंग, हुड इत्यादी बनवण्यासाठी.

अ] गॅल्वनाइज्ड लोह

ब] स्टेनलेस स्टील

क] तांब्याचे पत्र

ड] धातूची पत्रके

142] डेअरी मध्ये. फूड प्रोसेसिंग, किचन वेअर इ.

अ] गॅल्वनाइज्ड लोह

ब] स्टेनलेस स्टील

क] तांब्याचे पत्र

ड] धातूची पत्रके

143] बादल्या, हीटिंग डक्ट, कॅबिनेट इत्यादी बनवण्यासाठी.

अ] गॅल्वनाइज्ड लोह

ब] स्टेनलेस स्टील

क] तांब्याचे पत्र

ड] धातूची पत्रके

144] कॅनरी आणि रासायनिक वनस्पतींमध्ये मेटल शीट्स

अ] गॅल्वनाइज्ड लोह

ब] <u>स्टेनलेस स्टील</u>

क] तांब्याचे पत्र

ड] धातूची पत्रके

145] अमोनियम क्लोराईडचा वापर सोल्डरिंगसाठी फ्लक्स म्हणून केला जातो ...

अ] <u>पोलाद</u>

ब] ॲल्युमिनियम

क] गॅल्वनाइज्ड लोह

ड] स्टेनलेस स्टील

146] एमएस शीट्सचे सोल्डरिंग तापमानात होते...

अ] 150◦C

ब] <u>250◦C</u>

C] 400◦C

ड] 850◦C

147.] सोल्डरिंग ऑपरेशनमध्ये बेस मेटल...

A.] <u>गरमहोतनाही</u>

B.] 200◦C पर्यंत गरम

C.] 650◦C पर्यंत गरम

D.] लाल गरम स्थितीत गरम

148] जाड प्लेट्स शीट्स जोडण्यासाठी रिवेट्स .

अ] <u>काउंटरस्कंक हेड</u>

ब] सपाट डोके

क] पॅन डोके

ड] मशरूम

149] शीट मेटल जोडण्यासाठी रिवेट्स .

अ] काउंटरस्कंक हेड

ब] <u>सपाट डोके</u>

क] पॅन डोके

ड] मशरूम

150] हेवी फॅब्रिकेशन कामासाठी रिवेट्स .

अ] काउंटरस्कंक हेड

ब] सपाट डोके

क] <u>पॅन डोके</u>

ड] मशरूम

151] साठी रिवेट्स मेटा\ पृष्ठभागावरील रिव्हेटच्या डोक्याची उंची कमी करते

अ] काउंटरस्कंक हेड

ब] सपाट डोके

क] पॅन डोके

ड] <u>मशरूम</u>

152] सामान्यतः संरचनात्मक कामासाठी वापरल्या जाणाऱ्या रिवेट्स .

अ] काउंटरस्कंक हेड

ब] सपाट डोके

क] पॅन डोके

ड] <u>स्नॅप डोके</u>

153.] कारमधील अल्टरनेटर 4A वितरित करतो आणि त्याच्या टर्मिनल्सवर 3 ओमचा भार जोडलेला असतो. सर्किटचे व्होल्टेज शोधा

A] 18V

ब] 24V

C] <u>12V</u>

D] 16V

dynamo distributor cap6

mmv distributor cap

कारमधील डायनॅमो (अल्टरनेटर) वितरक कॅप

154] एक व्होल्टेज स्त्रोत 20 ohms प्रतिकारांवर 40V चा IR ड्रॉप, 30 ohms प्रतिकारांवर 60V आणि 90 ohms प्रतिकारांवर 180V सर्व मालिका तयार करतो. लागू व्होल्टेज किती आहे?

अ] 180 वी

ब] 240 व्ही

क] 100 व्ही

D] 280 V

155] 220 व्होल्टच्या प्रभावी मूल्यासह साइन-वेव्हचे शिखर मोठेपणा किती मोठे आहे?

अ] 311 व्ही

ब] 380 व्ही

क] 400 व्ही

ड] ४४० व्ही

156] पीक-टू-पीक व्होल्टेज 99V आहे. साइन वेव्हचे प्रभावी मूल्य किती मोठे आहे?

अ] 70 वी

ब] 44.5V

क] 49.5 व्ही

ड] <u>35 व्ही</u>

157] एक हलणारी कॉइल व्होल्टमीटर 10 V AC वाचतो. प्रभावी व्होल्टेज किती मोठे आहे?

अ] उच्च

ब] कमी

क] <u>समान</u>

ड] 10% जास्त

158] एक हलणारे लोह ammeter 10 A वाचतो. दोलनाचा शिखर प्रवाह किती मोठा आहे?

अ] ७.०७ अ

ब] 1.1414A

क] ७०.७ अ

ड] <u>14.1 अ</u>

159] 2 amps चा प्रवाह 10 ohms च्या प्रतिकारातून वाहतो. प्रतिकारशक्तीमध्ये उधळलेली शक्ती समान आहे ...

A. 20 वॅट्स

B. 200 वॅट्स

C. <u>40 वॅट्स</u>

D. 5 वॅट्स

160] पॉवर कंपन्यांना पॉवर फॅक्टरमध्ये सुधारणा करण्यात रस आहे

अ] <u>रेषाप्रवाहकमीकरा</u>

ब] मोटर कार्यक्षमता वाढवा

C] व्होल्ट-अँपिअर वाढवा

ड] शक्ती कमी करणे

161.] कॉइल इन्स्ट्रुमेंट हलवण्याच्या परिणामावर कार्य करते ...

अ] रासायनिक प्रभाव

ब] हीटिंग इफेक्ट

सी] इलेक्ट्रोस्टॅटिक प्रभाव

ड] <u>इलेक्ट्रोमॅग्नेटिकप्रभाव</u>

162] डाव्या बाजूच्या वेल्डिंग तंत्रात वेल्डच्या रेषेपर्यंतच्या पाईपचा कोन...

अ] 40 ते 50◦

ब] 50 ते 60◦

क] <u>60 ते 70◦</u>

D. 70 ते 80◦

163] उजवीकडील वेल्डिंग तंत्राच्या बाबतीत फिलर रॉडचा कोन आहे...

अ] 10 ते 20◦

ब] 20 ते 30◦

क] 30 ते 40◦

ड] 40 ते 50◦

164] फोर्ज वेल्डिंग असे वर्गीकृत आहे ...

अ] दाबाशिवाय फ्यूजन वेल्डिंग

ब] दाबासहफ्यूजनवेल्डिंग

C] दबावाशिवाय नॉन-फ्यूजन वेल्डिंग

D] दबावासह नो-फ्यूजन वेल्डिंग

165] गॅस वेल्डिंगमधील फ्लक्सचे एक कार्य म्हणजे...

अ] धातूचेऑक्साईडविरघळवा

ब] मानसिक वितळण्याचा बिंदू कमी करा

C] ज्योत तापमान वाढवा

ड] मुळांचा प्रवेश वाढवा

166] गॅस वेल्डिंगसाठी फ्लक्सची निवड खालीलपैकी कोणत्या घटकांवर अवलंबून असते?

अ] सामीलहोण्यासाठीसामग्रीचाप्रकार

ब] धार प्रवेशाचा प्रकार

C] इंधन वायूचा प्रकार

ड] ज्वालाचा प्रकार वापरला

167] शील्ड मेटल आर्क वेल्डिंगचे वर्गीकरण या प्रक्रिये अंतर्गत केले जाते ...

अ] इलेक्ट्रिक रेझिस्टन्स वेल्डिंग

ब] विशेष वेल्डिंग

क] इलेक्ट्रिकआर्कवेल्डिंग

ड] इलेक्ट्रो गॅस वेल्डिंग

168] इलेक्ट्रोड होल्डरचा आकार कसा सांगायचा?

अ] त्याच्या वजनाने

ब] त्याच्या आकारानुसार

C] सध्याच्यावहनक्षमतेनुसार

ड] ते तयार करण्यासाठी वापरल्या जाणार्या धातूद्वारे

169] स्फोट टाळण्यासाठी एसिटिलीन वायू पास करण्यासाठी कोणत्या धातूच्या पाईपचा वापर करू नये?

अ] गॅल्वनाइज्ड लोह

ब] स्टेनलेस स्टील

C] सौम्य पोलाद

ड] कूपर

170] ॲसिटिलीन वायूमध्ये कार्बनची टक्केवारी आहे...

अ] ९९%

ब] 92.3%

क] ८९.१%

ड] ८५.३%

171] ऍसिटिलीन वायूचा समावेश होतो

अ] कॅल्शियम, कार्बन आणि हायड्रोजन

ब] कॅल्शियम आणि हायड्रोजन

क] कॅल्शियम, कार्बन, हायड्रोजन आणि ऑक्सिजन

ड] कार्बनआणिहायड्रोजन

172] एसिटिलीन प्युरिफायरमध्ये सल्फरेटेड आणि फॉस्फोरेटेड हायड्रोजन काढून टाकले जाते ...

अ] प्युमिस

ब] पाणी

क] लोकर गाळणे

ड] शुद्धकरणारेरसायने

173] HSS फोर्जिंगसाठी कमाल तापमान ------------- अंश आहे.

अ] 1200

ब] 100

क] 1100

ड] 1500

174] एनीलिंगचा मुख्य उद्देश ----------- आहे.

अ] यंत्रक्षमतासुधारण्यासाठी

ब] चुंबकत्व सुधारण्यासाठी

क] कडकपणा वाढवण्यासाठी

ड] कणखरपणा वाढवणे

175] HSS टूलमधील कार्बन टक्केवारी ------- आहे.

अ] ०.७५ते१.००%

ब] 1.00 ते 2.00 00

क] ०.६० ते ०.७५%

ड] ०.०२ ते ०.०३ %.

176] खालीलपैकी कोणता धातूचा लवचिक विकृतीचा प्रतिकार आहे?

अ] लवचिकता.

ब] ताकद

<u>क] कडकपणा</u>

ड] कणखरपणा

177] आवश्यक गुणधर्म मिळविण्यासाठी स्टीलची रचना बदलण्यासाठी गरम आणि थंड करण्याच्या प्रक्रियेला म्हणतात.

अ] कडक होणे

<u>ब] सामान्यकरणे</u>

क] उष्णता उपचार

ड] टेंपरिंग

178] एनीलिंगचा मुख्य उद्देश आहे

अ] कडकपणा वाढवा

ब] कणखरपणा वाढवा

<u>क] यंत्रक्षमतासुधारणे</u>

ड] विकृती सुधारणे

179] स्टीलचे सामान्यीकरण करण्याचा उद्देश ----------- आहे.

<u>अ] प्रेरितताणकाढूनटाका</u>

ब] जनुक सुधारणे आणि ठिसूळपणा कमी करणे

क] धातू मऊ करणे

ड] पृष्ठभाग वाढवा?

180] खालीलपैकी कोणती प्रक्रिया बाहरा 5" ॲनिलिंगसाठी कठोर करण्यासाठी वापरली जाते

अ] कडक होणे

ब] टेंपरिंग

<u>क] केसकडकहोणे</u>

ड] अश्रू पृष्ठभाग

181] टफ आणि ductIle कोर आणि हार्ड ou असलेले घटक तयार करण्याचा उद्देश...... म्हणून ओळखला जातो.

अ] कडक होणे

<u>ब] केसकडकहोणे</u>

क] टेंपरिंग

ड] एनीलिंग

182] हार्डनिंग करताना उच्च कार्बन स्टीलचे कमी गंभीर तापमान ---------- असते.

A] 9600C

ब] 900° से

<u>c] 7230 इ.स</u>

D] 56O C

183] रचना बदलण्याची आणि अशा प्रकारे गरम आणि थंड करून गुणधर्म बदलण्याच्या प्रक्रियेला -- असे म्हणतात.

<u>अ] उष्णताउपचार</u>

ब] मिश्रधातू

क] टेंपरिंग

D] यापैकी काहीही नाही

184] धान्य रचना शुद्ध करण्यासाठी खालीलपैकी कोणती उष्णता उपचार प्रक्रिया अवलंबली जाते.

अ] एनीलिंग

ब] कडक होणे

क] टेंपरिंग

<u>ड] सामान्यकरणे</u>

185] लोखंड आणि पोलादावर एनीलिंग केले जाते ---------

अ] अंतर्गत ताण दूर करण्यासाठी

ब] कडकपणा कमी करण्यासाठी

क] यंत्रक्षमता सुधारण्यासाठी

<u>ड] हेसर्व</u>

186] खालीलपैकी कोणते उष्मा उपचाराच्या टप्प्यांत येत नाही?

अ] गरम करणे

<u>ब] स्वच्छता</u>

क] शमन करणे

ड] भिजवणे

187] दबावाखाली द्रव

अ] हेवी ड्युटी इंजिन सुरू करणे

ब] स्टार्टर मोटर

C] <u>हायड्रॉलिक क्रँकिंग</u>

ड] इलेक्ट्रिक मोटर

188] गॅसोलीन इंजिन

अ] <u>हेवी ड्युटी इंजिन सुरू करणे</u>

ब] स्टार्टर मोटर

C] हायड्रॉलिक क्रँकिंग
ड] इलेक्ट्रिक मोटर
189] बॅटरी पॉवर
अ] हेवी ड्युटी इंजिन सुरू करणे
ब] स्टार्टर मोटर
C] हायड्रॉलिक क्रँकिंग
ड] इलेक्ट्रिक मोटर

starter winding armature2

mmv Starter winding armature

वाहनातील स्टार्टर वाइंडिंग आर्मेचर

190] एअर कंप्रेसरद्वारे चालविले जाते

अ] हेवी ड्युटी इंजिन सुरू करणे

ब] स्टार्टर मोटर

C] हायड्रॉलिक क्रँकिंग

ड] इलेक्ट्रिक मोटर

191] हायड्रोलिक फ्लोअर जॅक वापरला जातो

अ] किंग पिन बुश काढण्यासाठी

ब] चाक उचलणे

क] झुडूप दाबण्यासाठी

ड] नोकरी धरा.

192] पृष्ठभाग ग्राइंडरवर सर्वात लोकप्रिय चक ---------- आहे.

अ] वायवीय चक

ब] हायड्रॉलिक चक

क] चुंबकीयचक

ड] तीन कायदा चक

193] खालीलपैकी कोणता वायवीय प्रणालीचा फायदा आहे?

अ] कमी किमतीच्या मांडणीसाठी

ब] उत्पादनाचा दर वाढवण्यासाठी

C] कामाच्या चांगल्या वातावरणासाठी

ड] हेसर्व

194] सिलेंडरमध्ये आणि बाहेर दोन्ही मार्गांनी द्रवपदार्थ येऊ देते

अ] पिस्टन

ब] पुश रॉड

क] प्राथमिक कप

ड] झडपतपासा

195] हवेच्या टाकीतून हवेचा अतिरिक्त दाब कमी होतो.

अ] एअर कंप्रेसर

ब] अनलोडर वाल्व

सी] सुरक्षाझडप

ड] ब्रेक चेंबर

mmv air tank

air tank safety valve safety valve

एअर टँक सुरक्षा झडप

196] हवेच्या टाकीपर्यंत पोहोचून जास्तीत जास्त हवेचा दाब नियंत्रित करते.

अ] एअर कंप्रेसर

ब] <u>अनलोडरवाल्व</u>

सी] सुरक्षा झडप

ड] ब्रेक चेंबर

brakes Disk Brake

कारमध्ये ब्रेक

197] पुढील आणि मागील ब्रेकला हवा पुरवठा करते

अ] ब्रेक ॲक्ट्युएटर

ब] <u>इयुअलब्रेकव्हॉल्व्ह</u>

क] प्रणाली संरक्षण झडपा

ड] झडप झडप

198] वाहन पार्किंगसाठी चालवले जाते.

अ] ब्रेक ॲक्ट्युएटर

ब] इयुअल ब्रेक व्हॉल्व्ह

क] प्रणाली संरक्षण झडपा

ड] <u>झडपझडप</u>

199] विविध सर्किट्समध्ये हवेचे वितरण करते

अ] ब्रेक ॲक्ट्युएटर

ब] ड्युअल ब्रेक व्हॉल्व्ह
क] <u>प्रणालीसंरक्षणझडपा</u>
200] वाल्व बंद स्थितीत ठेवते
अ] पुश रॉड
ब] टॅपेट
क] <u>वसंतऋतु</u>
ड] कॅम लोब

engine valves3

diesel engine-valves

इंजिन वाल्व

201] इंधन आत आणि बाहेर वाहू द्या
अ] <u>झडपा</u>
ब] कॉइल स्प्रिंग
क] डायाफ्राम
ड] रॉकर हात

cooling system3

engine cooling

कारमध्ये कूलिंग सिस्टम

202] विस्तार टाकीमध्ये शीतलकांना परवानगी देते

अ] प्रेशररिलीफव्हॉल्व्ह

ब] इंजिन फॅन बेल्ट

C] रेडिएटर ड्रेन प्लग

ड] ओव्हर फ्लो पाईप

203] ओव्हरफ्लो व्हॉल्व्ह वापरला जातो

अ] इंधन भरणा यंत्रातील अतिरिक्त इंधन परत पाठवणे

ब] इंधन फिल्टरला अधिक इंधन पुरवठा करण्यासाठी

C] स्वच्छ इंधन पुरवठा करण्यासाठी

ड] गळती होणारे इंधन घेणे.

204] प्रणालीला संकुचित हवा पुरवते

अ] एअरकंप्रेसर

ब] अनलोडर वाल्व

सी] सुरक्षा झडप

ड] ब्रेक चेंबर

205] एअर कंप्रेसरद्वारे चालविले जाते

अ] हेवी ड्युटी इंजिन सुरू करणे

ब] स्टार्टर मोटर

C] हायड्रॉलिक क्रँकिंग

ड] <u>इलेक्ट्रिक मोटर</u>

206] एअर कंप्रेसरसाठी वापरले जाते

अ] <u>बहुउद्देशीय</u>

ब] फक्त गाडी उचलण्यासाठी

क] चाक उचलणे आणि काढणे

ड] छिन्नी दळणे.

207] एअर कंप्रेसरमध्ये, सुरक्षा उपकरण वापरले जाते

अ] हवा चोखणे

ब] हवा पूर्णपणे सोडणे

क] हवेच्या दाबाचे नियमन करणे

ड] <u>हवेचा अतिरीक्त दाब सोडणे</u> .

208] एअर कंप्रेसरमध्ये वापरले जाते

अ] <u>दाब मापक</u>

ब] तेलाची टाकी

क] तेल स्प्रे बंदूक

ड] कार फडकावणे

209] रोड व्हील टॉर्क वाढवते

अ] इंजिन

ब] तावडीत

क] <u>अंतिमड्राइव्ह</u>

ड] U सांधे

210] स्टब एक्सल चालू करण्यास मदत करते

अ] पुढचा धुरा

ब] ट्रॅक रॉड

क] स्टब एक्सल

ड] <u>स्टबएक्सलहात</u>

211] स्प्रिंग्स आणि स्टीयरिंग लिंकेज असतात.

अ] <u>पुढचाधुरा</u>

ब] ट्रॅक रॉड

क] स्टब एक्सल

ड] स्टब एक्सल हात

steering gearbox3

Power Steering Rack Pinion Gear

वाहनातील स्टीयरिंग गिअरबॉक्स

212] स्टीयरिंग व्हीलची हालचाल स्टब एक्सलमध्ये प्रसारित करते

अ] पुढचा धुरा

ब] ट्रॅकरॉड

क] स्टब एक्सल

ड] स्टब एक्सल हात

213] स्टीयरिंगच्या उद्देशाने किंग पिनबद्दल पिव्होट्स

अ] पुढचा धुरा

ब] ट्रॅक रॉड

क] स्टबएक्सल

ड] स्टब एक्सल हात

214] आग पकडणारे इंधन

अ] TDC

ब] सायकल

C] BDC

ड] प्रज्वलन

215] टाकी बाहेरून सील करणे.

अ] गोंधळ

ब] फिल्टरकॅप

क] बाफमध्ये पॅसेज

ड] फिलर मान

216] टाकीतील इंधन कमी होण्यास प्रतिबंध करते

अ] गोंधळ

ब] फिल्टर कॅप

क] बाफमध्ये पॅसेज
ड] फिलर मान
217] टाकीत इंधन भरणे
अ] गोंधळ
ब] फिल्टर कॅप
क] बाफमध्ये पॅसेज
ड] फिलरमान
218] एका डब्यातून दुसऱ्या डब्यात इंधन स्थानांतरित करणे
अ] गोंधळ
ब] फिल्टर कॅप
क] बाफमध्येपॅसेज
ड] फिलर मान
219] इंधन वाहून नेतो
अ] कार्बेरिटर
ब] पंप
क] पाईप लाईन्स
ड] पेट्रोलटाकी
220] पेट्रोल साठवतो
अ] कार्बेरिटर
ब] पंप
क] पाईप लाईन्स
ड] पेट्रोलटाकी
221] इंजिनला पेट्रोल वितरीत करते
अ] कार्बेरिटर
ब] पंप
क] पाईप लाईन्स
ड] पेट्रोल टाकी
222] कार्बेरिटरला पेट्रोल वितरीत करते
अ] कार्बेरिटर
ब] पंप
क] पाईप लाईन्स
ड] पेट्रोल टाकी

fuel pump1

fuel pump

वाहनातील इंधन पंप

223] पेट्रोल भरतो

अ] एअर हॉर्न

ब] <u>इंधनाचीवाटी</u>

क] हवा स्वच्छ करणारा

ड] वायु रक्तस्त्राव

224] हवेसाठी रस्ता म्हणून काम करते

अ] <u>एअरहॉर्न</u>

ब] इंधनाची वाटी

क] हवा स्वच्छ करणारा

ड] वायु रक्तस्त्राव

225] इंधनाचे कण फुटण्यास मदत होते

अ] एअर हॉर्न

ब] इंधनाची वाटी

क] हवा स्वच्छ करणारा

ड] <u>वायुरक्तस्त्राव</u>

226] इंधन बाहेर जाण्यासाठी दबाव विकसित करते

अ] झडपा

ब] कॉइल स्प्रिंग

क] <u>डायाफ्राम</u>

ड] रॉकर हात

227] वाहन उचलण्यासाठी वापरले जाते

अ] दाब मापक

ब] तेलाची टाकी

क] तेल स्प्रे बंदूक

ड] <u>कार फडकावणे</u>

228] कार होईस्ट मध्ये वापरले जाते

अ] दाब मापक

ब] <u>तेलाची टाकी</u>

क] तेल स्प्रे बंदूक

ड] कार फडकावणे

229] डिझेल सायकलमध्ये ज्वलन येथे होते

अ] <u>सतत दबाव</u>

ब] स्थिर खंड ‘’

क] स्थिर तापमान

ड] स्थिर तापमान आणि दाब.

230] रुडॉल्फ डिझेलने Cl.engine विकसित केले

अ] 1876

ब] 1880

सी] <u>1892</u>

ड] 1930

engines5 diesel petrol engine

वाहनातील इंजिन

231] पर्किन्सने 'पी' मालिकेतील इंजिन तयार केले

अ] 1876

ब] 1880

सी] 1892

ड] 1930

232] NA OTTO ने 4 स्ट्रोक सायकल इंजिन विकसित केले

अ] 1876

ब] 1880

सी] 1892

ड] 1930

233] दुगाल्ड क्लर्कने 2 स्ट्रोक सायकल इंजिन विकसित केले

अ] 1876

ब] 1880

सी] 1892

ड] 1930

234] सर्व सिलिंडर आडव्या रेषेत

अ] 'व्ही' इंजिन

ब] इनलाइनइंजिन

C] विरोधक इंजिन

D] रेडियल इंजिन

235] सिलिंडर 'V' आकारात स्थित

अ] 'व्ही' इंजिन

ब] इनलाइन इंजिन
C] विरोधक इंजिन
D] रेडियल इंजिन
236] सिलिंडर त्रिज्या स्थितीत
अ] 'व्ही' इंजिन
ब] इनलाइन इंजिन
C] विरोधक इंजिन
D] <u>रेडियलइंजिन</u>
237] सिलिंडर एकमेकांच्या विरुद्ध क्षैतिजरित्या व्यवस्था केलेले
अ] 'व्ही' इंजिन
ब] इनलाइन इंजिन
C] <u>विरोधकइंजिन</u>
D] रेडियल इंजिन
238] बॅटरी चार्जिंग करंटचा दर दर्शवा
A] <u>Ammeter</u>
ब] स्पीडोमीटर
क] क्लच पेडल
डी] इग्निशन स्विच
239] किमी/ताशी वेग दर्शवतो
A] Ammeter
ब] <u>स्पीडोमीटर</u>
क] क्लच पेडल
डी] इग्निशन स्विच
240] इंजिनमधील स्टार्टिंग सर्किटमध्ये विद्युत प्रवाह वाहू द्या
A] Ammeter
ब] स्पीडोमीटर
क] क्लच पेडल
डी] <u>इग्निशन स्विच</u>
241] सिलिंडरच्या डोक्यातून शिसक्याचा आवाज येण्याचे कारण काय आहे?
अ] जास्त टॅपेट क्लिअरन्स
ब] चुकीचे इंजेक्शन वेळ
क] पाय-इग्निशन
D] <u>एअर क्लिनर माउंटिंग लूज</u> .
242] सिलेंडरच्या डोक्यावर किंवा ब्लॉकवर आरोहित
अ] पंख

ब] रेडिएटर्स

क] पंखा

ड] पाण्याचापंप

243] खालीलपैकी कोणता घटक एक्झॉस्ट वायूंचा आवाज कमी करतो?

अ] एक्झॉस्ट पाईप

ब] मफलर

क] इनलेट मॅनिफोल्ड

ड] शेपटी पाईप.

244] बॅटरी इलेक्ट्रोलाइटचे विशिष्ट गुरुत्व द्वारे तपासले जाते

अ] ammeter

ब] व्होल्टमीटर

क] हायड्रोमीटर

ड] टॅकोमीटर.

lead acid battery6 electric-car-battery

वाहनातील लीड ॲसिड बॅटरी

245] तेलाची पातळी द्वारे तपासली जाते

अ] डिप स्टिक

ब] Ammeter

क] तेल दाब मापक

ड] इंधन मापक.

246] पार्किंग लाइट कम इंडिकेटर म्हणून वापरला जातो

अ] एक सममितीय बल्ब

ब] सूक्ष्म बल्ब

क] फेस्टून बल्ब

D] SC/SF

247] नो प्लेट लॅम्प आणि ब्रेक दिवा म्हणून वापरला जातो

ब] सूक्ष्म बल्ब
क] फेस्टून बल्ब
ड] SC/SF
<u>ई] डीसी/डीएफ</u>
248] दुचाकी टेल लॅम्प म्हणून वापरला जातो
अ] एक सममितीय बल्ब
ब] सूक्ष्म बल्ब
क] <u>फेस्टून बल्ब</u>
D] SC/SF
249] पॅनेल इन्स्ट्रुमेंट दिवा म्हणून वापरला जातो
अ] एक सममितीय बल्ब
ब] <u>सूक्ष्म बल्ब</u>
क] फेस्टून बल्ब
D] SCIS.F.
250] हेडलाइट बल्ब म्हणून वापरला जातो
अ] <u>एक सममितीय बल्ब</u>
ब] सूक्ष्म बल्ब
क] फेस्टून बल्ब
D] SCIS.F.
251] हेड लाईटचे भाग बदलले जाऊ शकतात
अ] सीलबंद तुळई
ब] फ्लश फिटिंग प्रकार
C] <u>प्रीफोकस केलेला बल्ब</u>
ड] हॅलोजन बल्ब.
252] हेड लाईट म्हणून देखील वापरले जाते
अ] बाजूचे सूचक
ब] थांबा सूचक
C] <u>सिग्नलिंग यंत्र</u>
ड] गरम करणारे यंत्र.
253] शेल प्रकाश किरण रस्त्यावर निर्देशित करण्यासाठी
अ] हेडलॅम्प
ब] <u>परावर्तक</u>
क] भिंग
ड] दत्तक
254] होल्डरमध्ये बल्ब ठेवण्यासाठी

अ] हेडलॅम्प
ब] परावर्तक
क] भिंग
ड] एक डॉप्टर
255] रोषणाई निर्माण करणे
ब] परावर्तक
क] भिंग
ड] दत्तक
इ] बल्ब
256] सपाट अंडाकृती बीम तयार करणे
अ] हेडलॅम्प
ब] परावर्तक
क] भिंग
ड] दत्तक
257] रिफ्लेक्टरला स्थितीत ठेवण्यासाठी
अ] हेडलॅम्प
ब] परावर्तक
क] भिंग
ड] दत्तक
२५८] वाहनाला ब्रेक लावला जात आहे हे दर्शविण्यासाठी
अ] हेडलाइट
ब] पार्किंग लाइट
क] प्रकाश थांबवा
ड] पटल प्रकाश
259] गेजचे कार्य वाचण्यासाठी
अ] हेडलाइट
ब] पार्किंग लाइट
क] प्रकाश थांबवा
ड] पटल प्रकाश
260] रस्त्यावर रोषणाई करणे
अ] हेडलाइट
ब] पार्किंग लाइट
क] प्रकाश थांबवा
ड] पटल प्रकाश

261] वाहनाचे पार्किंग सूचित करण्यासाठी

अ] हेडलाइट

ब] पार्किंग लाइट

क] प्रकाश थांबवा

ड] पटल प्रकाश

262] फीड पंप चालवले जातात

अ] इंजिनचा कॅमशाफ्ट

ब] एफआयपीचा कॅमशाफ्ट

C] टायमिंग गीअर्स

ड] इंजिन ते इंजिन बदलते.

263] तेलाचे पंप साधारणपणे चालवले जातात

अ] कॅमशाफ्ट

ब] रॉकर शाफ्ट

क] क्रँकशाफ्ट

ड] डँपर पुली

264]इंजिन मुळे कमी उर्जा विकसित करते

अ] दोषपूर्णप्रज्वलनवेळ

ब] जास्त प्रमाणात समृद्ध मिश्रण

C] सदोष स्नेहन प्रणाली

डी] खूप घट्ट सिलेंडर हेड

265] पुढील आणि मागील चाकांना द्रव पुरवठा करते

अ] ब्रेक पेडल

ब] मास्टर सिलेंडर पिस्टन

क] व्हील सिलेंडर पिस्टन

ड] वितरणब्लॉक

266] ब्रेक शू ड्रमच्या दिशेने ढकलतो

अ] ब्रेक पेडल

ब] मास्टर सिलेंडर पिस्टन

क] व्हीलसिलेंडरपिस्टन

ड] वितरण ब्लॉक

piston rings & valves7 diesel-engine-piston-rings

इंजिनमधील पिस्टन आणि रिंग

267] द्रवपदार्थावर दबाव निर्माण होतो

अ] ब्रेक पेडल

ब] <u>मास्टरसिलेंडरपिस्टन</u>

क] व्हील सिलेंडर पिस्टन

ड] वितरण ब्लॉक

268] मास्टर सिलेंडर पिस्टनला लिंकेजमधून ढकलतो.

अ] <u>ब्रेकपेडल</u>

ब] मास्टर सिलेंडर पिस्टन

क] व्हील सिलेंडर पिस्टन

ड] वितरण ब्लॉक

269] सिलिंडरच्या आत आणि बाहेर दोन्ही मार्गांनी द्रव येऊ देते

अ] पिस्टन

ब] पुश रॉड

क] प्राथमिक कप

ड] <u>झडपतपासा</u>

270] भरपाई देणारे बंदर सील करते

अ] पिस्टन

ब] पुश रॉड

क] <u>प्राथमिककप</u>

ड] झडप तपासा

271] पिस्टन सक्रिय करते

अ] पिस्टन

ब] <u>पुशरॉड</u>

क] प्राथमिक कप
ड] झडप तपासा
272] द्रवपदार्थावर दबाव निर्माण होतो
अ] पिस्टन
ब] पुश रॉड
क] प्राथमिक कप
ड] झडप तपासा
273] पिस्टनचे विस्थापन खंड
अ] |.एचपी
ब] स्वीप्टखंड
क] यांत्रिक कार्यक्षमता
ड] अश्वशक्ती
274] सिलेंडरमध्ये पिस्टनच्या खालच्या दिशेने हालचालीचा प्रारंभ बिंदू
अ] TDC .
ब] सायकल
C] BDC
ड] प्रज्वलन
275] सिलेंडरमध्ये पिस्टनच्या वरच्या दिशेने हालचालीचा प्रारंभ बिंदू
अ] TDC
ब] सायकल
C] BDC
ड] प्रज्वलन
276] फुंकणे प्रतिबंधित करते
अ] पिस्टन
ब] पिस्टन पिन
क] कनेक्टिंग रॉड
ड] पिस्टनरिंग
277] सिलिंडर मध्ये reciprocates
अ] पिस्टन
ब] पिस्टन पिन
क] कनेक्टिंग रॉड
ड] पिस्टन रिंग
278] पिस्टन आणि कनेक्टिंग रॉड जोडते
अ] पिस्टन

ब] <u>पिस्टनपिन</u>

क] कनेक्टिंग रॉड

ड] पिस्टन रिंग

279] सिलेंडरमध्ये दोलन

अ] पिस्टन

ब] पिस्टन पिन

क] <u>कनेक्टिंगरॉड</u>

ड] पिस्टन रिंग

280]कनेक्टिंग रॉडचे वरचे आणि खालचे भाग बोल्ट केलेले आहेत

अ] क्रँकशाफ्ट मॅन जर्नल

ब] <u>क्रँकपिनजर्नल</u>

क] कॅमशाफ्ट

ड] पिस्टन पिन बॉस

281] क्रँकशाफ्ट मेन जर्नल आणि क्रँक पिन यांच्यामध्ये छिद्र पाडले जाते

अ] क्रँकशाफ्टचे संतुलन

ब] क्रँकशाफ्ट वजन कमी करणे

C] <u>वंगणकनेक्टिंगरॉडबीयरिंग</u>

ड] क्रँकशाफ्ट कंपन कमी करणे

282] परस्पर गतीचे रोटरी गतीमध्ये रूपांतर करते

अ] <u>क्रँकशाफ्ट</u>

ब] फ्लायव्हील्स

C] टॉर्क रेंच

ड] थ्रस्ट बेअरिंग

283] खेचण्यासाठी आणि कृती ढकलण्यासाठी रोटरी हालचाल

अ] वायपर मोटर

ब] <u>क्रँकिंग लिंक</u>

क] पिनियन

ड] वायपर ब्लेड

284] व्हील हब बेअरिंग्स सामावून घेतात.

अ] किंगपिन

ब] स्प्रिंग पॅड

क] <u>स्टबएक्सलशाफ्टभाग</u>

ड] ट्रॅक रॉड बॉल सांधे

285] ड्रॉअल प्लेटसह ढकलणे

अ] क्लच कव्हर

ब] रिलीझबेअरिंग

क] बोटे सोडणे

ड] क्लच प्लेट

286] जोराचा भार घेतो

अ] क्रँकशाफ्ट

ब] फ्लायव्हील्स

C] टॉर्क रेंच

ड] थ्रस्टबेअरिंग

287]वितरक शाफ्ट द्वारे समर्थित आहे

अ] बॉल बेअरिंग

ब] शेल बेअरिंग

क] बुशबेअरिंग

ड] सुई बेअरिंग

288] ऊर्जा साठवते

अ] क्रँकशाफ्ट

ब] फ्लायव्हील्स

C] टॉर्क रेंच

ड] थ्रस्ट बेअरिंग

289] फ्लायव्हील रिंगसह व्यस्त आहे

अ] पिनियन

ब] ओव्हर रनिंग क्लच

क] प्लंजर डिस्क

ड] घट्ट पकड

290] फ्लायव्हील मॅग्नेटोचा समावेश होतो

अ] तात्पुरता चुंबक

ब] बार चुंबक

क] कायम चुंबक

ड] सुई चुंबक.

291] फ्लायव्हील मॅग्नेटोमध्ये, इग्निशन कॉइल असते

अ] स्थिर

ब] हलणे

क] फिरणारा

ड] दोलन.

292] कायम चुंबकाला फिरवणे

अ] स्विच

ब] दुय्यम कॉइल

क] फ्लायव्हील्स

ड] कंडेन्सर्स

293] कूलिंग सिस्टीममधील कूलिंगमधील कूलंटचे उकळत्या तापमानाच्या वापरामुळे वाढ होते.

अ] वॉटर जॅकेट

B] फक्त व्हॅक्यूम वाल्व

सी] दाबप्रकाररेडिएटरकॅप

डी] रेडिएटर कोर ट्यूब्स/पाईप्स

radiator cap4 mmv Radiator cap

वाहनात रेडिएटर कॅप

294] प्रेशर रेडिएटर कॅपचा मुख्य उद्देश आहे

अ] प्रणालीवरदबावआणणे

ब] हवेतील पाण्याचे अभिसरण वाढवा

सी] प्रणालीमध्ये व्हॅक्यूम विकसित करण्यास मदत

D] दबाव वाढणे टाळा

295] खालीलपैकी एक कारण इंजिन जास्त गरम होण्यास कारणीभूत ठरू शकते

अ] अडकलेलेरेडिएटरकोर

ब]कमी निष्क्रिय गती सेटिंग

C]अत्याधिक व्हॉल्व्ह टॅपेट क्लीयरन्स

डी] स्नेहन तेलाचा दाब खूप जास्त आहे

296] सिलेंडर हेड किंवा ब्लॉक वर आरोहित

अ] पंख

ब] रेडिएटर्स

क] पंखा

ड] <u>पाण्याचापंप</u>

297] पाण्याचा पंप चालवतो

अ] प्रेशर रिलीफ व्हॉल्व्ह

ब] <u>इंजिनफॅनबेल्ट</u>

C] रेडिएटर ड्रेन प्लग

ड] ओव्हर फ्लो पाईप

thermostat valve

thermostat

वाहनातील थर्मोस्टॅट वाल्व

298] थर्मोस्टॅट झडप उघड्या स्थितीत राहिल्यास खालीलपैकी कोणते होईल

अ] <u>इंजिनपर्यंतमंदवार्मिंग</u>

b]इंजिन जास्त उष्णता देईल

C]इंजिन सुरू होण्यात अयशस्वी

डी] इंजिनचे स्टॉलिंग

299]ड्राय संप स्नेहन प्रणालीमध्ये, स्कॅव्हेंजिंग पंप वापरला जातो

अ] पंपतेटाकीपर्यंततेलपंपकरा

ब] सर्व फिरत्या भागांना थेट तेल पंप करा

सी] अतिरिक्त तेलाचा दाब विकसित करा

ड] टाकी पासून बेरीज पर्यंत तेल पंप

300]स्नेहन प्रणालीमध्ये जास्त तेलाचा दाब यामुळे असू शकतो

अ] संपमध्ये इंजिन तेलाचे प्रमाण कमी

ब] रिलीफव्हॉल्व्हचेचुकीचेसमायोजन

C] सक्शन पाईपवर कमी सक्शन प्रभाव

D] वरीलपैकी काहीही नाही

301] जेव्हा तेलाचा दाब निर्धारित मर्यादेपेक्षा जास्त वाढतो, तेव्हा तेल संपुष्टात परत येते

अ] प्रेशररिलीफव्हॉल्व्ह

बी] पास वाल्वद्वारे

C] तेल फिल्टर

डी] तेल पंप

302] कमी इंजिन ऑइल प्रेशरमुळे असू शकते

A]बंद तेल फिल्टर

ब] ऑइल सॅम्पमध्ये अधिक तेल भरले

C] वापरलेल्या तेलाची उच्च स्निग्धता

डी] पंपगीअर्सदरम्यानअत्यधिकप्रतिक्रिया

303] सिलेंडरमध्ये प्रवेश करणारी हवा स्वच्छ करते

अ] एअर हॉर्न

ब] इंधनाची वाटी

क] हवास्वच्छकरणारा

ड] वायु रक्तस्त्राव

304] सोलेनॉइडचे दोन टर्मिनल कनेक्ट करा.

अ] पिनियन

ब] ओव्हर रनिंग क्लच

क] प्लंजरडिस्क

ड] घट्ट पकड

305] हॉर्न बटण दाबल्यावर विद्युतप्रवाह हॉर्नमधून वाहतो

अ] हॉर्न स्विच

ब] सोलनॉइड कॉइल

क] बॅटरी

ड] चेसिस.

306] कोरचे चुंबकाकडे वळते

अ] <u>सोलेनोइड स्विच</u>

ब] सक्रिय करणारी तार (गरम झाल्यावर]

C] बॅलास्ट प्रतिरोधक

डी] एक्च्युएटिंग वायर (थंड झाल्यावर]

307] सिलिंडरच्या डोक्यातून शिसक्याचा आवाज येण्याचे कारण काय आहे?

अ] जास्त टॅपेट क्लिअरन्स

ब] चुकीचे इंजेक्शन वेळ

क] पाय-इग्निशन

D] <u>एअर क्लिनर माउंटिंग लूज</u> .

औद्योगिक प्रशिक्षण संस्था

मासिक चाचणी-1, गुण- 20, तारीख:- _______________

(प्रत्येक प्रश्नाला दोन गुण असतात)

1-06] SS प्रणालीचा फायदा ------ आहे.

अ] उत्पादकतेत वाढ

ब] गुणवत्तेत वाढ

क] वेळेचा अपव्यय कमी करणे

ड] हे सर्व

2-07] सुरक्षा म्हणजे -----------

अ] कोणाचाही धंदा नाही

ब] प्रत्येक शरीराचा व्यवसाय

क] काही शरीर व्यवसाय

ड] संस्थेचा व्यवसाय

3-08] मूलभूत श्रेणींसाठी सुरक्षा चिन्हे उपलब्ध आहेत "निषेध" चिन्हाचा अर्थ ----

अ] ते करू नये असे दाखवते

ब] काय केले पाहिजे ते दाखवते

क] धोक्याची किंवा धोक्याची चेतावणी देते

ड] सुरक्षा तरतुदीची माहिती देते

4-09] वर्कशॉप सुरक्षा कोणती आहे?

अ] दुकानातील मजला स्वच्छ आणि ग्रीस, तेल किंवा इतर निसरड्या पदार्थांपासून मुक्त ठेवा

ब] वेग बदलण्यापूर्वी मशीन थांबवा

C] फटाके किंवा चिरलेली साधने वापरू नका

ड] धावणारे मशीन हाताने थांबवण्याचा प्रयत्न करू नका

5-10] वैयक्तिक संरक्षण उपकरणांमध्ये (PPE] हेल्मेट वापरले जाते

अ] डोक्याचे रक्षण करा

ब] डोळ्यांचे रक्षण करा

क] हातांचे संरक्षण करा

ड] कानांचे रक्षण करा

6-11] खालीलपैकी कोणते सामान्य सुरक्षिततेशी संबंधित आहे?

A चांगल्या वृत्तीचा कार्यकर्ता ठेवा

ब] काम स्वच्छ आणि स्पष्ट

क] आपल्या कामावर लक्ष केंद्रित करा

ड] मजला आणि गँगवे स्वच्छ आणि स्वच्छ ठेवा

7-12] दळताना डोळ्यांच्या संरक्षणासाठी कोणता वापर केला जातो?

अ] गडद हिरवा काच

ब] मुखवटा

क] सूर्याचा चष्मा

ड] सुरक्षा गॉगल

8-13] खालीलपैकी कोणते मशीन सुरक्षिततेसाठी केले जाते?

अ] मशीन सुरू करण्यापूर्वी तेलाची पातळी तपासा

ब] पद्धतशीर पद्धतीने कामे करा

क] फरशी आणि गँगवे स्वच्छ आणि स्वच्छ ठेवा

ड] डाग आणि स्कार्फ वापरू नका

9-14] In पर्सनल प्रोटेक्ट इक्विपमेंट (PPE], 'स्लीव्हज'चा वापर संरक्षणासाठी केला जातो ----------

चेहरा

ब] डोळे

क] कान

ड] हात

10-15] ABC म्हणजे --------------

अ] स्वयंचलित श्वास नियंत्रण

ब] स्वयंचलित रक्त नियंत्रण

क] वायुमार्गातील श्वासोच्छवासाचे अभिसरण

ड] स्वयंचलित रक्त परिसंचरण

औद्योगिक प्रशिक्षण संस्था

मासिक चाचणी-2, गुण- 20, तारीख:- _______________

(प्रत्येक प्रश्नाला दोन गुण असतात)

1-21] समांतर रेषा चिन्हांकित करण्यासाठी वापरलेले साधन आहे, डेटाम काठाच्या समांतर आहे -

अ] जेनी कॅलिपर

ब] विभाजक

क] बाहेरील कॉलीपर

ड] कॅलिपरच्या आत

2-22] खालीलपैकी कोणते एक अप्रत्यक्ष मोजण्याचे साधन आहे?

अ] बाहेरील कॅलिपर

ब] व्हर्नियर कॅलिपर

क] पोलादी नियम

ड] बाहेरील मायक्रोमीटर

3-23] पातळ नळ्या कापण्यासाठी, हॅकसॉ ब्लेडची सर्वात योग्य पिच आहे...

अ] 1.8 मिमी

ब] 1.4 मिमी

क] 1 मि.मी

ड] 0.8 मि.मी

4-24] ठोस पितळ कापण्यासाठी, हॅकसॉ ब्लेडची सर्वात योग्य खेळपट्टी आहे...

अ] 1.8 मिमी

ब] 1.4 मिमी

क] 1 मि.मी

ड] 0.8 मि.मी

5-25] काही स्ट्रोक नंतर एक नवीन हॅकसॉ ब्लेड सैल होतो कारण ...

अ] ब्लेडचे ताणणे

ब] विंग-नट धागे जीर्ण होत आहेत

क] ब्लेडची चुकीची खेळपट्टी

ड] करवतीच्या संचाची अयोग्य निवड.

6-26] लहान व्यासाचे पाईप्स कापताना, नियमितपणे पाहणे आणि याची खात्री करणे उचित आहे ...

अ] कट वक्र रेषेच्या बाजूने आहे

ब] अधिक करवतीचे दात आकुंचन पावले आहेत

क] काम जास्त तापलेले नाही

ड] हॅकसॉचे योग्य संतुलन राखले जाते

7-27] व्हाइस क्लॅम्प्स वापरतात...

अ] कठीण जबड्याचे रक्षण करा

ब] कामाचे तुकडे कडकपणे घट्ट करा

क] तयार पृष्ठभाग संरक्षित करा

ड] जंगम जबडा दाखल होण्यास प्रतिबंध करा

8-28] चिन्हांकित करताना संदर्भ पृष्ठभाग प्रदान केला जातो ...

अ] पृष्ठभाग मापक

ब] कामाचा तुकडा

क] कामाचे रेखाचित्र

D] मार्किंग टेबल पृष्ठभाग

9-29] अभियंत्याच्या वाइसचा आकार द्वारे निर्दिष्ट केला जातो ...

अ] जंगम जबड्याची लांबी

ब] जबड्याची रुंदी

क] दुर्गुणाची उंची

ड] जबडा जास्तीत जास्त उघडणे

10-30] हँडल फिक्स करण्यासाठी वापरल्या जाणाऱ्या हातोड्याचा भाग...

चेहरा

ब] पेन

क] गाल

ड] डोळा छिद्र

औद्योगिक प्रशिक्षण संस्था

मासिक चाचणी ३, गुण २०, तारीख:- _______________

(प्रत्येक प्रश्नाला दोन गुण असतात)

1-36] केंद्र शोधण्यासाठी वापरलेल्या पंचाचे नाव सांगा.

अ] प्रिक पंच ३०°

ब] प्रिक पंच ६०°

क] केंद्र पंच

ड] डॉट पंच

2-37] केंद्र पंचाचा बिंदू कोन -------- आहे.

अ] ३०°

ब] ५०°

c] 900

ड] 1200

3-38] पंचांचा वापर --------- कोणत्याही आकाराचा बनवण्यासाठी केला जातो

अ] छिद्र

ब] खाण

C] Knurling

ड] रीमिंग

4-39] साधारणपणे वाइसच्या हँडलची लांबी ---------- असते.

अ] वाइसच्या सामान्य आकाराच्या 1.5 पट

ब] वाइसच्या सामान्य आकाराच्या 2.5 पट

क] वाइसच्या सामान्य आकाराच्या 3.5 पट

ड] वाइसच्या सामान्य आकाराच्या 4.5 पट

5-40] बेंच व्हाईस स्पिंडल .... चे बनलेले असते.

अ] सौम्य पोलाद

ब] कास्ट लोह

क] साधन स्टील

ड] कांस्य

6-41] सार्वत्रिक पृष्ठभाग गेजचा भाग जो डेटामच्या काठावर समांतर रेषा काढण्यास मदत करतो.

अ] रॉकर हात

ब] स्नग

क] बारीक समायोजन स्क्रू

ड] मार्गदर्शक पिन

7-42] स्क्राइबर बनलेले आहेत ...

अ] सौम्य पोलाद

ब] उच्च कार्बन स्टील

क] पितळ

D. कास्ट लोह

8-43] लेखकाचा बिंदू कोन ----------- आहे.

अ] ३०°

ब] ६०°

C] 5° ते 10°

D] 12° ते 15°

9-44] कास्ट आयरन चिपकण्यासाठी कटिंग अँगल आहे...

अ] ३७.५?

ब] 55?

क] 60?

ड] 90?

10-45] छिन्नी सामग्रीमध्ये खोदेल जेव्हा...

अ] रेक कोन अधिक आहे

ब] क्लिअरन्स कोन खूप कमी आहे

क] झुकाव कोन अधिक आहे

ड] झुकाव कोन खूप कमी आहे

औद्योगिक प्रशिक्षण संस्था

मासिक चाचणी-4, गुण- 20, तारीखः- ______________

(प्रत्येक प्रश्नाला दोन गुण असतात)

1-51] मेट्रिक मायक्रोमीटरमध्ये, थिमल ॲडव्हान्सची संपूर्ण क्रांती -----------

अ] 0.01 मिमी

ब] 0.25 मिमी

C] 0.50 मिमी

ड] 1.00 मि.मी

2-52] मायक्रोमीटरमधील रॅचेट स्टॉप ----------- मदत करते.

अ] दाब नियंत्रित करा

ब] स्पिंडल लॉक करा

C] शून्य त्रुटी समायोजित करा

ड] कामाचा तुकडा धरा

3-53] 1000 मायक्रॉन म्हणजे -----------

अ] 1 मि.मी

ब] १ मी

क] 1000 मिमी

ड] 10 सें.मी

4-54] मायक्रोमीटरच्या बाहेर 50-75 मिमीचे शून्य वाचन किती आहे?

अ] 0.000 मिमी

ब] 0.01 मिमी

क] 25.00 मिमी

ड] 50.00 मिमी

5-55] मायक्रोमीटरच्या बाहेरील मेट्रिकच्या स्लीव्हवरील सर्वात लहान भागाचे मूल्य ----- आहे.

अ] 0.50 मिमी

ब] 1.00 मिमी

क] 1.50 मिमी

ड] 2.00 मिमी

6-56] मायक्रोमीटरमध्ये रॅचेट स्टॉप --------- मदत करते.

अ] दाब नियंत्रित करा

ब] स्पिंडल लॉक करा

C] शून्य त्रुटी समायोजित करा

ड] कामाचा तुकडा धरा

7-57] डेप्थ मायक्रोमीटरची सर्वात कमी संख्या आहे

अ] 0.5 मिमी

ब] 0.2 मिमी

C] 0.001 मिमी

ड] 0.01 मिमी

8-58] व्हर्नियर कॅलिपरची सर्वात कमी संख्या आहे (मुख्य स्केल = 49 विभाग, व्हर्नियर स्केल = 50 विभाग)

अ] 0.1 मिमी

ब] 0.01 मिमी

C] 0.001 मिमी

ड] 0.02 मिमी

9-59] व्हर्नियर कॅलिपर वापरून केलेल्या मोजमापाचा प्रकार ------- आहे.

अ] थेट मोजमाप

ब] अप्रत्यक्ष मापन

क] ९०"] (अ] ८१ (ब]

ड] यापैकी नाही

10-60] टेलीस्कोपिक गेजचा वापर छिद्र आणि स्लॉट मोजण्यासाठी केला जातो.

अ] 10 मिमी ते 100 मिमी पर्यंत

ब] 12 मिमी ते 152 मिमी पर्यंत

क] १२.७ मिमी ते १५२.४ मिमी

D] वरीलपैकी काहीही नाही

औद्योगिक प्रशिक्षण संस्था

मासिक चाचणी-5, गुण- 20, तारीखः- _______________

(प्रत्येक प्रश्नाला दोन गुण असतात)

1-66] थ्रेडिंग टूल्स 60 साठी अचूकतेसाठी तपासले जातात? a वापरून कोन

अ] थ्रेड प्लग गेज

ब] केंद्र गेज

क] स्क्रू पिच गेज

ड] साधन कोन गेज

2-67] प्रति इंच थ्रेड्सची संख्या a सह तपासली जाऊ शकते

अ] टूल गेज

ब] मोजणी करून मेट्रिक नियम

क] रिंग गेज

ड] स्क्रू पिच गेज

3-68] बोल्ट आणि थ्रेड्सचे नुकसान होण्यापासून संरक्षण करण्यासाठी वापरले जाते.

अ] डोनाल्ड कॅप नट

ब] अंगठा नट

क] षटकोनी नट

ड] विंग-नट

4-69] जेथे वारंवार काढणे आणि निराकरण करणे आवश्यक आहे तेथे वापरले जाते.

अ] डोनाल्ड कॅप नट

ब] अंगठा नट

क] षटकोनी नट

ड] विंग-नट

5-70] मशीन बिल्डिंग आणि स्ट्रक्चरच्या कामात वापरले जाते.

अ] डोनाल्ड कॅप नट

ब] अंगठा नट

क] षटकोनी नट

ड] विंग-नट

6-71] जेथे वारंवार समायोजन करावे लागते तेथे वापरले जाते.

अ] डोनाल्ड कॅप नट

ब] अंगठा नट

क] षटकोनी नट

ड] विंग-नट

7-72] नटमध्ये नायलॉन घालणे सैल होण्यास प्रतिबंध करते.

अ] लॉकिंग प्लेट

ब] वायर लॉक

क] स्व-लॉकिंग नट

ड] करवतीचे नट

8-73] नटच्या अर्ध्या भागात एक स्लॉट कापला जातो.

अ] लॉकिंग प्लेट

ब] वायर लॉक

क] स्व-लॉकिंग नट

ड] करवतीचे नट

9-74] दोन बोल्टचे ढिले होण्यास प्रतिबंध करते.

अ] लॉकिंग प्लेट

ब] वायर लॉक

क] स्व-लॉकिंग नट

ड] करवतीचे नट

10-75] वरच्या नटचे फिरणे प्रतिबंधित करते.

अ] लॉक-नट

ब] खोबणीचे नट

क] स्व-लॉकिंग नट

ड] करवतीचे नट

औद्योगिक प्रशिक्षण संस्था

मासिक चाचणी-6, गुण- 20, तारीख:- _______________

(प्रत्येक प्रश्नाला दोन गुण असतात)

1-81] तुटलेला स्टड काढण्यासाठी या पद्धतीमध्ये एक विशेष साधन वापरले जाते.

अ] प्रिक पंच पद्धत

ब] फाइलिंग स्क्वेअर खूप मि.मी

क] चौरस टेपर पंच वापरणे

ड] इझी-आउट पद्धत

2-82] पसरलेल्या स्टडला चौकोनी स्वरूपात फाइल करा आणि ते काढा.

अ] प्रिक पंच पद्धत

ब] फाइलिंग स्क्वेअर खूप मि.मी

क] चौरस टेपर पंच वापरणे

ड] इझी-आउट पद्धत

3-83] फाइल्सची उत्तलता मदत करते...

अ] अवतल पृष्ठभाग फाइल करण्यासाठी

ब] बहिर्वक्र पृष्ठभाग फाइल करण्यासाठी

क] कामाच्या कडा गोलाकार टाळण्यासाठी

D] दाब लागू झाल्यावर सरळ होणारी फाईल

4-84] लाकूड, चामडे आणि इतर मऊ साहित्य भरण्यासाठी कोणती फाईल वापरली जाते? .

अ] सिंगल कट फाइल

ब] डबल कट फाइल

c] रास्प कट फाइल

ड] वक्र कट फाइल

5-85] वापरलेली फाईल ------------ साठी वापरली जाते

अ] कामाचा तुकडा साफ करणे

क] फाईलचे दात नूतनीकरण करणे

ब] फाईलचे दात साफ करणे

ड] चिप्स साफ करणे

6-86] फाइल कार्ड -------- यासाठी वापरले जाते.

अ] कामाचा तुकडा स्वच्छ करा

C] फाईलचे दात नूतनीकरण करा

ब] फाईलचे दात स्वच्छ करा

7-87] बेंच ग्राइंडर .... साठी वापरतात.

अ] हेवी ड्युटी काम

ब] जड आणि हलके काम

क] लाईट ड्युटी काम

ड] साबणाचे काम

8-88] बेंच ग्राइंडर .... वर बसवले जातात.

अ] पाया

ब] तक्ता.

क] व्हील गार्ड

ड] कन्व्हेयर

9-89] मोठ्या प्रमाणावर उत्पादनात अदलाबदल क्षमता साध्य करण्यासाठी खालीलपैकी कोणता घटक आवश्यक आहे? .

अ] भूमितीय अचूकता.

ब] मानकीकरण

क] मितीय अचूकता

ड] पृष्ठभाग समाप्त

10-90] अदलाबदल क्षमता सामान्यतः लागू केली जाते? _

अ] भागांची दुरुस्ती

ब] मोठ्या प्रमाणावर उत्पादन

क] सिंगल पीस उत्पादन

ड] हे सर्व

औद्योगिक प्रशिक्षण संस्था

मासिक चाचणी-7, गुण- 20, तारीखः- _______________

(प्रत्येक प्रश्नाला दोन गुण असतात)

1-96] छिद्राची सहिष्णुता ही यातील फरक आहे --

अ] कमाल भोक आकार आणि जास्तीत जास्त शाफ्ट आकार

ब] जास्तीत जास्त भोक आकार आणि जास्तीत जास्त भोक आकार

क] किमान 'छिद्र आकार आणि कमाल शाफ्ट आकार

ड] किमान छिद्राचा आकार आणि किमान शाफ्टचा आकार

2-97] ज्या छिद्राचे खालचे विचलन शून्य असते त्याला मूलभूत छिद्र म्हणतात. खालीलपैकी कोणते अक्षर मूळ छिद्र दर्शवते?

अ] इ

ब] एफ

क] ग'

डी एच

3-98] कोणता वरचा विचलन शून्य आहे?

अ] Bassc शाफ्ट

ब] मूळ छिद्र

क] सहिष्णुता

ड] मंजुरी

4-99] शाफ्टवर बॉल बेअरिंग फिट प्रकार आहे? ,

अ] क्लिअरन्स फिट

ब] ड्रायव्हिंग फिट

क] संकोचन फिट

ड] वरीलपैकी काहीही नाही

5-100] मर्यादा आणि फिटच्या BIS प्रणालीमध्ये, सहिष्णुतेचा दर्जा संख्या चिन्हांद्वारे दर्शविला जातो आणि तेथे ---------i आहेत

A] सहिष्णुतेचे 14 ग्रेड

ब] सहनशीलतेचे 16 ग्रेड

C] सहिष्णुतेचे 18 ग्रेड'

ड] सहिष्णुतेचे 20 ग्रेड

6-101] एखाद्या उत्पादनाची गुणवत्ता असते असे म्हणतात जेव्हा ....

अ] त्याचा आकार आणि परिमाणे मर्यादेत आहेत

ब] ते वापरण्यास योग्य आहे

क] ते खूप चांगले असल्याचे दिसून येते

ड] साहित्याची निवड योग्य आहे

7-102] hole'30 +0.021, 0.000 आणि शाफ्ट 30 -0.110, 0.143 दरम्यान जास्तीत जास्त क्लिअरन्स आवश्यक आहे.

अ] 0.110 मिमी‘

ब] 0.131 मिमी

C] 0.164 मिमी

ड] 0.143 मिमी

8-103] रेखांकनामध्ये 25.1002 मिमी असे परिमाण सांगितले आहे. सहिष्णुता म्हणजे काय?

अ] +०.०२ मिमी’

ब] +0.04 मिमी

C] -0.02 मिमी

ड] 25.00 मिमी

9-104] एका छिद्रात पिन बसवली जाते. पिनचा सहिष्णुता क्षेत्र पूर्णपणे छिद्राच्या वर आहे. प्राप्त फिट असेल?

अ] क्लिअरन्स फिट

ब] संक्रमण फिट

क] हस्तक्षेप फिट

ड] धावणे फिट

10-105] भाग आकारास सहिष्णुता दिली जाते.

अ] आवश्यक अनुज्ञेय आकाराच्या त्रुटीमध्ये भागाचे उत्पादन करा

ब] उत्पादन वाढवा

क] उत्पादन कमी करा

ड] घटक अंदाजे पूर्ण करा

औद्योगिक प्रशिक्षण संस्था।

मासिक चाचणी 8, गुण- 20, तारीख:- ______________

(प्रत्येक प्रश्नाला दोन गुण असतात)

1-111] टॅपर शँक ड्रिल मशीनवर याद्वारे आयोजित केले जातात ...

अ] चक

ब] बाही

क] वाहून जाणे

ड] वाइस

2-112] ड्रिल चक्स ड्रिलिंग मशीनच्या स्पिंडलवर एका... द्वारे बसवले जातात.

अ] नर्ल्ड रिंग

ब] आर्बर

क] वाहून जाणे

ड] पिनियन आणि किल्ली

3-113] कवायतींवर प्रदान केलेला मोर्स टेपर ... दरम्यान असतो.

A] MT 1 ते MT 5

ब] MT 1 ते MT 4

C] MT 0 ते MT 5

D] MT 0 ते MT 4

4-114] यासाठी ड्रिफ्ट वापरले जाते...

अ] ड्रिल स्थान काढणे

ब] मशीन स्पिंडलवर चक फिक्स करणे

क] कामातून तुटलेली ड्रिल काढणे

ड] मशीन स्पिंडलमधून ड्रिल काढणे

5-115] जेव्हा ड्रिलचा टेपर शँक मशीनच्या स्पिंडलपेक्षा मोठा असतो, तेव्हा ड्रिल ठेवण्याचे साधन म्हणजे...

अ] ड्रिल स्लीव्ह

ब] टेपर सॉकेट

क] ड्रिल ड्रिफ्ट

ड] चक आणि कि

6-116] ड्रिलिंग मशीनमध्ये सौम्य स्टील ड्रिल करण्यासाठी योग्य कटिंग फ्लुइड आहे...

अ] सिंथेटिक विद्रव्य तेल

ब] स्वच्छ तेल

क] डिस्टिल्ड वॉटर

ड] विद्राव्य तेल

7-117] रेडियल ड्रिलिंग मशीनचे एक विशेष वैशिष्ट्य आहे...

अ] हे एचएसएस ड्रिलसह ड्रिलिंगसाठी वापरले जाऊ शकते

ब] टेबल कोणत्याही स्थितीत हलवले आणि सेट केले जाऊ शकते

क] वेगाची विविधता उपलब्ध आहे

ड] स्पिंडल कोणत्याही स्थितीत आणले जाऊ शकते

8-118] ड्रिलचा बिंदू कोन यावर अवलंबून असतो...

अ] ड्रिलचा आकार

ब] यंत्राचा प्रकार

क] कामाचे साहित्य

D] ड्रिलचा RPM

9-119] मानक ड्रिलसाठी बिंदू कोन आहे...

अ] 60?

ब] 108?

क] 118?

ड] 135?

10-120] हेलिकल कोन ठरवतो...

अ] कटिंग अँगल

ब] कोन चघळणे

क] रेक कोन

ड] ओठांचा कोन

औद्योगिक प्रशिक्षण संस्था

मासिक चाचणी-9, गुण- 20, तारीखः- ______________

(प्रत्येक प्रश्नाला दोन गुण असतात)

1-126] ड्रिल चक मशीनच्या स्पिंडलवर ------ च्या माध्यमातून धरले जातात.

अ] आर्बर

ब] वाहून जाणे

क] ड्रॉ-इन बार

ड] चक नट

2-127] संवेदनशील बेंच ड्रिलिंग मशीनमध्ये ---- द्वारे भिन्न वेग प्राप्त केले जातात.

अ] बेल्ट पुली यंत्रणा

ब] हायड्रोलिक यंत्रणा

क] रॅक आणि पिनियन यंत्रणा

ड] कॅम आणि अनुयायी यंत्रणा

3-128] खालीलपैकी कोणते फक्त धाग्याचे योग्य स्वरूप पूर्ण करण्यासाठी आणि राखण्यासाठी वापरले जाते?

एक नळ

ब] थ्रेडिंग साधन

क] थ्रेडिंग चेझर

ड] टिपलेले साधन

4-129] टॅप पीसून पुन्हा तीक्ष्ण केले जातात ....

अ] बासरी

ब] धागे

क] व्यास

ड] आराम

5-130] MS टॅप रुंदीच्या टेपिंगसाठी कोणत्या आकाराचे ड्रिल वापरले जाते?

अ] 4.5 मिमी

ब] 4.0 मिमी

C] 0.38 मिमी

ड] 0.35 मिमी

6-131] हाताने धागा चालवण्यासाठी खालीलपैकी कोणता वापरला जातो?

एक नळ

ब] थ्रेडिंग साधन

क] थ्रेडिंग चेझर

ड] टिपलेले साधन

7-132] हँड टॅपिंग ऑपरेशनमध्ये, वापरलेले नळ ----

अ] २

ब] ३

क] ४

ड] 5

8-133] छिद्रात 100% टॅप मिळविण्यासाठी छिद्राचा आकार ---- समान असणे आवश्यक आहे.

अ] नळाचा किरकोळ व्यास

ब] नळाचा मध्यवर्ती व्यास

क] टॅपचा मुख्य व्यास

ड] यापैकी नाही

9-134] एक मृत्यू ज्यामध्ये एका स्ट्रोकमध्ये एकापेक्षा जास्त कटिंग ऑपरेशन्स होतात

अ] छेदून मरणे

ब] पुरोगामी मरतात

क] संयोजन मरतात

ड] कंपाऊंड मरणे

10-135] एक डाय ज्यामध्ये प्रत्येक स्ट्रोकमध्ये कटिंग आणि नॉन कटिंग ऑपरेशन्स केल्या जातात.

अ] छेदून मरणे

ब] पुरोगामी मरतात

क] संयोजन मरतात

ड] कंपाऊंड मरणे

औद्योगिक प्रशिक्षण संस्था

मासिक चाचणी-10, गुण- 20, तारीख:- ______________

(प्रत्येक प्रश्नाला दोन गुण असतात)

1-141] गटर, छप्पर चमकणे, हुड इ.

अ] गॅल्वनाइज्ड लोह

ब] स्टेनलेस स्टील

क] तांब्याचे पत्र

ड] धातूची पत्रके

2-142] डेअरी मध्ये. फूड प्रोसेसिंग, किचन वेअर इ.

अ] गॅल्वनाइज्ड लोह

ब] स्टेनलेस स्टील

क] तांब्याचे पत्र

ड] धातूची पत्रके

3-143] बादल्या, गरम नलिका, कॅबिनेट इत्यादी बनवण्यासाठी.

अ] गॅल्वनाइज्ड लोह

ब] स्टेनलेस स्टील

क] तांब्याचे पत्र

ड] धातूची पत्रके

4-144] कॅनरी आणि रासायनिक वनस्पतींमध्ये मेटल शीट्स

अ] गॅल्वनाइज्ड लोह

ब] स्टेनलेस स्टील

क] तांब्याचे पत्र

ड] धातूची पत्रके

5-145] अमोनियम क्लोराईडचा वापर सोल्डरिंगसाठी फ्लक्स म्हणून केला जातो ...

अ] पोलाद

ब] अॅल्युमिनियम

क] गॅल्वनाइज्ड लोह

ड] स्टेनलेस स्टील

6-146] एमएस शीट्सचे सोल्डरिंग तापमानात होते...

A] 150?C

B] 250?C

C] 400?C

ड] ८५०?सी

7-147.] सोल्डरिंग ऑपरेशनमध्ये बेस मेटल...

A.] गरम होत नाही

B.] 200?C पर्यंत गरम केले जाते

C.] 650?C पर्यंत गरम

D.] लाल गरम स्थितीत गरम

8-148] शीट्सला जाड प्लेट्समध्ये जोडण्यासाठी रिवेट्स.

अ] काउंटरस्कंक हेड
ब] सपाट डोके
क] पॅन डोके
ड] मशरूम

9-149] शीट मेटल जोडण्यासाठी रिवेट्स.
अ] काउंटरस्कंक हेड
ब] सपाट डोके
क] पॅन डोके
ड] मशरूम

10-150] हेवी फॅब्रिकेशन कामासाठी रिवेट्स.
अ] काउंटरस्कंक हेड
ब] सपाट डोके
क] पॅन डोके
ड] मशरूम

औद्योगिक प्रशिक्षण संस्था

मासिक चाचणी-11, गुण- 20, तारीखः- _______________

(प्रत्येक प्रश्नाला दोन गुण असतात)

1-156] पीक-टू-पीक व्होल्टेज 99V आहे. साइन वेव्हचे प्रभावी मूल्य किती मोठे आहे?
अ] 70 वी
ब] 44.5V
क] 49.5 व्ही
ड] 35 व्ही

2-157] एक हलणारी कॉइल व्होल्टमीटर 10 V AC वाचतो. प्रभावी व्होल्टेज किती मोठे आहे?
अ] उच्च
ब] कमी
क] समान
ड] 10% जास्त

3-158] एक हलणारे लोह ammeter 10 A वाचतो. दोलनाचा शिखर प्रवाह किती मोठा आहे?
अ] ७.०७ अ
ब] 1.1414A
क] ७०.७ अ
ड] 14.1 अ

4-159] 2 amps चा प्रवाह 10 ohms च्या प्रतिकारातून वाहतो. प्रतिकारशक्तीमध्ये उधळलेली शक्ती समान आहे ...

A. 20 वॅट्स

B. 200 वॅट्स

C. 40 वॅट्स

D. 5 वॅट्स

5-160] पॉवर कंपन्यांना पॉवर फॅक्टरमध्ये सुधारणा करण्यात रस आहे

अ] रेषा प्रवाह कमी करा

ब] मोटर कार्यक्षमता वाढवा

C] व्होल्ट-अँपिअर वाढवा

ड] शक्ती कमी करणे

6-161.] कॉइल इन्स्ट्रुमेंट हलवण्यामुळे...

अ] रासायनिक प्रभाव

ब] हीटिंग इफेक्ट

सी] इलेक्ट्रोस्टॅटिक प्रभाव

ड] इलेक्ट्रोमॅग्नेटिक प्रभाव

7-162] डाव्या बाजूच्या वेल्डिंग तंत्रात वेल्डच्या रेषेपर्यंतच्या पाईपचा कोन...

अ] 40 ते 50?

ब] 50 ते 60?

क] 60 ते 70?

D. 70 ते 80?

8-163] उजवीकडील वेल्डिंग तंत्राच्या बाबतीत फिलर रॉडचा कोन आहे...

अ] 10 ते 20?

ब] 20 ते 30?

क] 30 ते 40?

ड] 40 ते 50?

9-164] फोर्ज वेल्डिंग असे वर्गीकृत केले आहे ...

अ] दाबाशिवाय फ्यूजन वेल्डिंग

ब] दाबासह फ्यूजन वेल्डिंग

C] दबावाशिवाय नॉन-फ्यूजन वेल्डिंग

D] दबावासह नो-फ्यूजन वेल्डिंग

10-165] गॅस वेल्डिंगमध्ये फ्लक्सचे एक कार्य आहे ...

अ] धातूचे ऑक्साईड विरघळवा

ब] मानसिक वितळण्याचा बिंदू कमी करा

C] ज्योत तापमान वाढवा

ड] मुळांचा प्रवेश वाढवा

औद्योगिक प्रशिक्षण संस्था

मासिक चाचणी-12, गुण- 20, तारीखः- ________________

(प्रत्येक प्रश्नाला दोन गुण असतात)

1-171] एसिटिलीन वायूचा समावेश होतो

अ] कॅल्शियम, कार्बन आणि हायड्रोजन

ब] कॅल्शियम आणि हायड्रोजन

क] कॅल्शियम, कार्बन, हायड्रोजन आणि ऑक्सिजन

ड] कार्बन आणि हायड्रोजन

2-172] एसिटिलीन प्युरिफायरमध्ये सल्फरेटेड आणि फॉस्फोरेटेड हायड्रोजन काढून टाकले जातात ...

अ] प्युमिस

ब] पाणी

क] लोकर गाळणे

ड] शुद्ध करणारे रसायने

3-173] फोर्जिंग HSS साठी कमाल तापमान ------------- अंश आहे.

अ] 1200

ब] 100

क] 1100

ड] 1500

4-174] एनीलिंगचा मुख्य उद्देश ----------- आहे.

अ] यंत्रक्षमता सुधारण्यासाठी

ब] चुंबकत्व सुधारण्यासाठी

क] कडकपणा वाढवण्यासाठी

ड] कणखरपणा वाढवणे

5-175] HSS टूलमधील कार्बन टक्केवारी ------- आहे

अ] ०.७५ ते १.००%

ब] 1.00 ते 2.00 00

क] ०.६० ते ०.७५%

ड] ०.०२ ते ०.०३ %.

6-176] खालीलपैकी कोणता धातूचा लवचिक विकृतीचा प्रतिकार आहे?

अ] लवचिकता.

ब] ताकद

क] कडकपणा

ड] कणखरपणा

7-177] आवश्यक गुणधर्म मिळविण्यासाठी स्टीलची रचना बदलण्यासाठी गरम आणि थंड करण्याच्या प्रक्रियेला म्हणतात.

अ] कडक होणे

ब] सामान्य करणे

क] उष्णता उपचार

ड] टेंपरिंग

8-178] एनीलिंगचा मुख्य उद्देश आहे

अ] कडकपणा वाढवा

ब] कणखरपणा वाढवा

क] यंत्रक्षमता सुधारणे

ड] विकृती सुधारणे

9-179] स्टीलचे सामान्यीकरण करण्याचा उद्देश ----------- आहे.

अ] प्रेरित ताण काढून टाका

ब] जनुक सुधारणे आणि ठिसूळपणा कमी करणे

क] धातू मऊ करणे

ड] पृष्ठभाग वाढवा?

10-180] खालीलपैकी कोणती प्रक्रिया बाह्य 5" एनीलिंगसाठी कठोर करण्यासाठी वापरली जाते

अ] कडक होणे

ब] टेंपरिंग

क] केस कडक होणे

ड] अश्रू पृष्ठभाग

www.ingramcontent.com/pod-product-compliance
Ingram Content Group UK Ltd.
Pitfield, Milton Keynes, MK11 3LW, UK
UKHW021918190726
13853UKWH00002B/737